സഹനയാത്രയിൽ

INSIGHT PUBLICA

Nadakkavu, Kozhikode, Kerala, 673011
www.insightpublica.com
e-mail: insightpublica@gmail.com
Title: **Sahanayathrayil**
Author: **Sukumar Andaloor**
Editor: **M.P. Balaram**
(Malayalam)
Book Design:kjvj
First Edition:March 2022

Printed and Published by
InsightinPublica Printers & Publishers Pvt. Ltd.
ISBN 978-93-5517-221-1
₹ 259

സുകുമാർ അണ്ടലൂർ കൃതികൾ

സഹനയാത്രയിൽ

(കവിതകൾ)

എഡിറ്റർ: എം.പി.ബാലറാം

INSIGHT PUBLICA ®

സമർപ്പണം

'എന്റെ അമ്മ അറിയാൻ'

1945 ഇൽ ജനനം, കുഞ്ഞായിരിക്കുമ്പോൾ തന്നെ അച്ഛൻ മരിച്ചു. അമ്മയും അനുജനും അനുജത്തിയും അടങ്ങുന്ന കുടുംബത്തെ നോക്കാൻ ഒൻപതാം വയസ്സിൽ പഠനം ഉപേക്ഷിച്ച ബീഡിത്തൊഴിലാളിയായ്. പിന്നീട് ഒറ്റയ്ക്ക് പഠിച്ച എസ്എസ്എൽസി പ്രൈവറ്റായി പാസ്സായി. 1969 മുതൽ 75 വരെ ബ്രണ്ണൻ കോളേജിൽ പഠനം. സയൻസ് വിദ്യാർത്ഥി, രസതന്ത്രത്തിൽ ബിരുദം, രാഷ്ട്രഭാഷ പ്രവീൺ, ടീച്ചിങ് ഡിപ്ലോമ.

75 മുതൽ റവന്യ ഡിപ്പാർട്ടുമെന്റിൽ ഉദ്യോഗം. 77 ൽ അടിയന്തരാവസ്ഥ നിലനിൽക്കെ ചില പ്രശ്നങ്ങൾ കാരണം ജോലി രാജിവച്ചു. പിന്നീട് പെരിയ ഗവ :ഹൈസ്കൂൾ, കുഞ്ഞിമംഗലം ഗവ: ഹൈസ്കൂൾ, പാലയാട് ഹൈസ്കൂൾ എന്നിവിടങ്ങൾ അധ്യാപകൻ. 2000ത്തിൽ പാലയാട് ഗവ: ഹൈസ്കൂളിൽ വെച്ച് സർവീസിൽ നിന്നും വിരമിച്ചു.

1962 മുതൽ കവിതകൾ ആനുകാലികങ്ങളിൽ. 1970ൽ "കോളേജിൽ" എന്ന കാമ്പസ് കവിത പ്രസിദ്ധീകരിച്ച് കൊണ്ട് മാതൃഭൂമി മെയിൻ സ്ട്രീമിൽ രചനകൾ സ്വീകരിച്ചു തുടങ്ങി. 1971 ൽ മാതൃഭൂമി നടത്തിയ കലാലയ വിദ്യാർത്ഥികൾക്കായുള്ള മത്സരത്തിൽ "ഛായ" എന്ന കവിതയ്ക്ക് സമ്മാനം. ബ്രണ്ണൻ കവിതകൾ തന്നെ പത്തെണ്ണം മാതൃഭൂമി പ്രസിദ്ധീകരിച്ചിട്ടുണ്ട്.

ബ്രണ്ണൻ കലാലയത്തിന്റെ തുടുപ്പുകളും തുടിപ്പുകളും കിതപ്പുകളും പ്രണയ ലഹരികളും രേഖപ്പെടുത്തിയ നൂറോളം കവിതകൾ, ഇരുനൂറിലേറെ ഫേസ്ബുക്ക് കവിതകൾ, അഞ്ഞൂറിലേറെ മറ്റു കവിതകൾ.

എട്ടു നാടകങ്ങൾക്ക് ഗാനങ്ങൾ, നിരവധി റേഡിയോ ലളിത ഗാനങ്ങൾ, അമ്പതിലേറെ ഭക്തി ഗാനങ്ങൾ, നാല് എച്ച്. എം. വി റിക്കാർഡ് ഗാനങ്ങൾ എന്നിവയുടെ രചന.

ആനുകാലികങ്ങളിൽ കവിതാ രംഗത്തു സജീവ സാന്നിധ്യം. മാതൃഭൂമി, ഭാഷാപോഷിണി, മാധ്യമം, ദേശാഭിമാനി, ചന്ദ്രിക, കലപൂർണ മുതലായ മുതലായ ആനുകാലികങ്ങളിൽ നൂറിലേറെ കവിതകൾ പ്രസിദ്ധീകരിച്ചിട്ടുണ്ട്.

സമകാലിക പ്രശ്നങ്ങളുമായി സംവദിച്ചുകൊണ്ടു ഫേസ് ബുക്കിൽ കുറിച്ച കവിതകൾ സാന്ത്വനം മാസികയിൽ ഫേസ്ബുക്ക് കൊളാഷ് എന്ന പേരിൽ 25 ലക്കങ്ങളായി പ്രസിദ്ധീകരിച്ചിട്ടുണ്ട്. കുഞ്ഞുണ്ണി മാഷിന് സമർപ്പിച്ചു കൊണ്ട് രചിച്ച നുറുങ്ങു കവിതകൾ കലാപൂർണ മാസികയിൽ വർണ്ണക്കോളാഷ് എന്ന പേരിൽ തുടർ കവിതകളായി പ്രസിദ്ധീകരിക്കപ്പെട്ടു

ഫോട്ടോഗ്രാഫിയിൽ ഏറെ താൽപ്പര്യം. മാതൃഭൂമി, ഭാഷാപോഷിണി, ദേശാഭിമാനി, മാധ്യമം, ചന്ദ്രിക, കലാപൂർണ, ഗൃഹലക്ഷ്മി, സമയം തുടങ്ങി നിരവധി പ്രസിദ്ധീകരണങ്ങളുടെ കവർ ചിത്രങ്ങളായി മുന്നൂറിലേറെ ഫോട്ടോഗ്രാഫുകൾ പ്രസിദ്ധീകരിക്കപ്പെട്ടിട്ടുണ്ട്.

ഫോട്ടോഗ്രാഫിയുടെ നൂതന സാധ്യതകൾ പ്രയോജനപ്പെടുത്തി സൈക്കഡെലിക് കൊളാഷ് എന്ന പേരിൽ, ശ്രീ എം. എൻ വിജയന് സമർപ്പിച്ച ഒരു ലെൻസ് ആർട്ട് എക്സിബിഷൻ 2018 ൽ സംഘടിപ്പിച്ചിരുന്നു.

ചരമം: 2021 ഏപ്രിൽ 15

പുരസ്കാരങ്ങൾ:

കേരളാ സീനിയർ സിറ്റിസൺ ഫോറം കവിതാ പുരസ്കാരം 2014, അഖില കേരളാ ലളിതഗാന രചനയ്ക്കുള്ള പയ്യന്നൂർ ലയം കലാക്ഷേത്രയുടെ ഓ. എൻ. വി സ്മാരക പുരസ്കാരം 2017

ഗ്രന്ഥങ്ങൾ :

കോളേജ് കൊളാഷ്, മണിച്ചിത്രത്താഴ്, അമ്മ ഉമ്മ, വേനൽക്കിളികൾ മൃത്യുസന്ധികളിൽ നിലാവ് പെയ്യുമ്പോൾ

കവിതകളും ഗാനങ്ങളും കവർചിത്രങ്ങളും സൈക്കഡെലിക് കൊളാഷ് ഫോട്ടോഗ്രഫി സീരീസുകളും ഈ ലിങ്കിൽ ലഭ്യമാണ്.

https://sukumarandalur.github.io/

അച്ഛൻ	: അണിയേരി കുഞ്ഞമ്പു വൈദ്യർ
അമ്മ	: അന്തോളി ജാനു
ഭാര്യ	: കൃഷ്ണകുമാരി
മക്കൾ	: സരിഗ, സാരംഗ്
പേരമക്കൾ	: അഭിനവ്, ആൽവിൻ, നവീൻ സാരംഗ്

മേൽവിലാസം: 'അമ്മ', പി. ഒ പാലയാട്, തലശ്ശേരി, കണ്ണൂർ, 670661

സുകുമാർ അണ്ടല്ലൂർ

സാഹിത്യ - സാംസ്കാരിക വിമർശകൻ.

കൃതികൾ: വാക്കുകൾ തന്നെയാണ് പ്രശ്നം, ശബ്ദങ്ങൾ പ്രതിശബ്ദങ്ങൾ, ധീരതയുടെ രക്തമുദ്ര, വർഗ്ഗഭാവുകത്വം (കുഞ്ഞപ്പ പട്ടാന്നൂരുമായി ചേർന്ന്), ഇന്ദുലേഖ: വർത്തമാന പാഠങ്ങൾ, കുഞ്ഞപ്പ പട്ടാന്നൂർ: കനലുകൾ കുരുതികൾ രക്തസാഹോദര്യങ്ങൾ, സ്വത്വം സംസ്കാരം സങ്കൽപ്പനം: വിമർശന പാഠങ്ങൾ, നരഭോജികൾ വീട്ടുമുറ്റത്ത്, വാക്കുകൾ നിശ്ശബ്ദതകൾ, വി.വി.കെ.കവിതകൾ: മുഖക്കുറിപ്പുകൾ, നിശ്ശബ്ദനിലവിളികൾ: വൈറസ് കാലവിചാരങ്ങൾ

എഡിറ്റർ: 'ചിലനേരങ്ങളിൽ ആരും ഒറ്റക്കല്ല'- കുഞ്ഞപ്പ പട്ടാന്നൂർ, 'എന്റെ വിശപ്പിന്റെ വിശപ്പ്' - എം.പി.രാധാകൃഷ്ണൻ, 'വിവികെ കവിതകൾ', 'സുകുമാർ അണ്ടലൂർ കൃതികൾ' '

എം പി ബാലറാം

ഉള്ളടക്കം

സുകുമാർ അണ്ടലൂർ കൃതികൾ: ഒരു സർഗ്ഗാത്മക ജീവിതത്തിന്റെ അന്വേഷണ യാത്രകൾ 11

'ഭൂമി, സ്വർഗ്ഗം, നരകം' സുകുമാർ അണ്ടലൂരിന്റെ കവിതാലോകങ്ങൾ 13

ഭാഗം ഒന്ന്

ചിത...21

താരാട്ട്..24

അമ്മേ!...27

ഹരിഃ ശ്രീ....................................29

സുരേന്ദ്രന്...................................32

എത്ര യാമങ്ങൾ?......................36

അനിയത്തിക്ക്..........................38

ശാരറാന്തൽ..............................41

സഹനയാത്രയിൽ 43

ദണ്ഡകാരണ്യം..........................46

ഹരിതം..48

ബ്ലാക്ക് ഹോൾ 51

പരവശൻ...................................53

പൊന്മുടി.....................................56

സപ്റ്റംബർ..................................58

ചെങ്കല്ലിന്റെ സംഗീതം............62

അഗ്നി നക്ഷത്രം 67

മഹേശ്വരാ...!..............................69

ചാമുണ്ഡി...................................71

വസുന്ധര 74

വിദ്യാരംഭം 75

കണ്ടുവോ നീ..............................77

കൃഷ്ണതുളസി...............................78

കുരുവിക്കുഞ്ഞിന്.....................81

ഊഷ്മളം.......................................84

ജനനം...85

സസ്നേഹം..................................86

ഭാഗം രണ്ട്

കംസൻ അമ്പാടിയിൽ 90
ഇനി ഏതു ജന്മത്തിൽ............93
'കരുണ' 95
കടന്നുപോകുന്ന ഞാൻ 97
കഠിനകാലം 99
കറുത്ത പക്ഷം 100
ഒരു മൊഴി കടം തരാൻ.........102
പൊന്മുടി......................................103
മനമേ, നിന്നോട് തന്നെ !.....104
പ്രിയ സുഹൃത്തേ!......................107
നീയെന്റെ കൂടെ നടക്കെ.......109
സൂര്യഗ്രഹണം 111
ദുഃഖപർവം -
കവിയൂർ ബാലന് !..................115
മാറുന്നു കാലം!..........................120
തല്ലാലം!.......................................126
ആ ദിനങ്ങൾ..............................128
നന്നു ചങ്ങാതി !........................129
ആവതില്ലേ രക്ഷിക്കാൻ 131
ചാരിതാർത്ഥ്യം..........................134
വിദ്യ...136
നട്ടെല്ല്..137
പ്രണയപ്പക്ഷി 138
പൊൻമുത്ത്................................139
അനന്തത 140
അറബിക്കല്യാണം 141
പാട്ടക്കവിത 142
ചീർമ്മ..143
രണ്ടു കവിതകൾ 147
വെച്ചുകെട്ട്..................................148
ഡൈ..149
ഗുൽമോഹർ................................150
കളിമണ്ണ്......................................152
2013 ആഗസ്റ്റ് 15-
പയ്യാമ്പലം 154
കോമാളി വേഷം.......................156
കള്ളക്കളി...................................157
ഊയ്യെന്റെ ദൈവേ.................158
രാധാമാധവം 160
സമകാലികം............................ 163
സഞ്ജയന്റെ കൂടെ
ഒരു കപ്പ് കാപ്പി.........................164

സുകുമാർ അണ്ടലൂർ കൃതികൾ: ഒരു സർഗ്ഗാത്മക ജീവിതത്തിന്റെ അന്വേഷണ യാത്രകൾ

2021 ഏപ്രിൽ മാസം പതിനഞ്ചാംതീയതി സുകുമാർ അണ്ടലൂർ നമ്മെയുംഈ ലോകത്തെയുംഎന്നേക്കുമായി വേർപിരിഞ്ഞു പോയിട്ട് ഇപ്പോൾ ഒരു വർഷം തികയുകയാണ്. ജീവിച്ചിരുന്ന കാലമത്രയും ഇടവേളകളില്ലാതെ സർഗ്ഗാത്മകതയുടെ വ്യത്യസ്ത മേഖലകളിൽ വ്യാപൃതനായ സുകുമാറിന്റെ രചനകൾ ഈ സന്ദർഭത്തിൽ മൂന്നു വോള്യങ്ങളായി സമാഹരിക്കപ്പെടുകയുംപ്രസിദ്ധീകരികരിക്കപ്പെടുകയുമാണ്. സുകുമാറിന്റെ ആത്മസുഹൃത്തുക്കളുടെയും കുടുംബാംഗങ്ങളുടെയുംശ്രമഫലമായി ഇപ്പോൾ സാദ്ധ്യമായ കൃതികളുടെ പ്രസിദ്ധീകരണം പ്രസക്തമായ ചില സാംസ്കാരിക യാഥാർത്ഥ്യങ്ങളെക്കുറിച്ചു കൂടി ഈ ഘട്ടത്തിൽ തീവ്രമായി നമ്മെ ഓർമ്മിപ്പിക്കുന്നുണ്ട്.ജീവിച്ചിരുന്ന കാലത്ത് അപൂർവ്വം രചനകൾ മാത്രമാണ് സുകുമാർ അണ്ടലൂരിന്റേതായി പുസ്തക രൂപത്തിൽ സമാഹരിക്കപ്പെട്ടത് - അവയിൽത്തന്നെ അധികവുംബാലസാഹിത്യ കൃതികളും ആദ്യകാല രചനകളുമാണ്. കഴിഞ്ഞ അര നൂറ്റാണ്ടു കാലം ഇടതടവില്ലാതെ വൈവിദ്ധ്യ പൂർണ്ണമായി സർഗ്ഗാത്മക രചനകളിൽ ഏർപ്പെട്ടു വന്ന സുകുമാറിന്റെ എഴുത്തു ജീവിതത്തെ പൂർണ്ണമായി മനസ്സിലാക്കുന്നതിൽ വായനാ ലോകം പരാജയപ്പെട്ടുവെന്നതാണ് സത്യം. വാസ്തവത്തിൽ അടുത്തിടപഴകുന്നവർക്കു പോലുംമിക്കപ്പോഴുംഅജ്ഞാതമായ പരിണാമഭേദങ്ങളെയും വിചിത്ര സ്വഭാവ പ്രത്യേകതകളേയുംഉൾക്കൊള്ളാനുള്ള വ്യാപ്തി സുകുമാരന്റെ

രചനകൾക്കുണ്ടെന്ന് കണ്ടെത്താൻ ഇപ്പോൾ സമാഹരിക്കപ്പെടുന്ന ഈ മൂന്നു വോള്യങ്ങളുടെ പ്രസിദ്ധീകരണംഏവർക്കും സഹായകമായേക്കും.കവിത വായനയുടെ ലോകത്തെ പൊതുവേയുംസുകുമാരന്റെ കവിതാ ഭാവുകത്വത്തെ സവിശേഷമായും വിലയിരുത്താൻ ഈ കൃതികൾ ഇനിയുള്ള കാലമെങ്കിലുംനമുക്ക് കൂട്ടായേക്കും.

പ്രസിദ്ധീകരണത്തിന്റെ സൗകര്യത്തിനു വേണ്ടി മൂന്നു വാള്യങ്ങളായി വിഭജിക്കപ്പെട്ടിരിക്കുന്നതിൽ ആദ്യ വാള്യം 'സഹനയാത്രയിൽ' എന്ന പേരിലുള്ള കവിതാ സമാഹാരവുംരണ്ടാംവാള്യം 'ധർമ്മപട്ടണം' നോവലുമാണ്. 'അഭിനുന്റെ സംശയങ്ങൾ' എന്ന ബാലസാഹിത്യ കൃതിയും ധർമ്മപട്ടണം പശ്ചാത്തലമാക്കി എഴുതിയത് തന്നെയാകയാൽ അതും നോവലിന്റെ കൂടെയാണ് പ്രസിദ്ധീകരിക്കുന്നത്.' കൊളാഷ്'' എന്ന ശീർഷകത്തിലുള്ളതാണ് മൂന്നാം വാള്യം.ആദ്യവാള്യത്തിൽ ഉൾപ്പടാത്ത സുകുമാർ അണ്ടലൂരിന്റെ കവിതകളുടെ സമഗ്രമായ സമാഹാരമായാണ് മൂന്നാം വാള്യം വിഭാവനം ചെയ്യപ്പെടുന്നത്. സപ്തംബർ മാസത്തിൽ അത് പുറത്തിറങ്ങും

സുകുമാർ അണ്ടലൂരിന്റെ കൃതികൾ പ്രസിദ്ധീകരിക്കുന്ന ഇൻസൈറ്റ് പബ്ലിക്ക കോഴിക്കോട്,സുകുമാർ ജീവിച്ചിരുന്ന കാലത്ത് സഫലമാക്കാൻ സാധിക്കാതിരുന്ന പ്രസിദ്ധീകരണ പദ്ധതി ഇപ്പോൾ സഫലമാക്കാൻ ആത്മാർത്ഥമായി മുൻകൈയെടുത്ത് പ്രവർത്തിച്ച കുടുംബാംഗങ്ങൾ - ഇവരോടെല്ലാം നമ്മുടെ സാംസ്കാരിക ലോകം ഏറെ കടപ്പെട്ടിരിക്കുന്നു.

മലയാള പുസ്തകപ്രസിദ്ധീകരണ ചരിത്രത്തിലെ സുപ്രധാന ഈടുവെപ്പുകളായി സുകുമാർ അണ്ടലൂരിന്റെ കൃതികൾ കണക്കാക്കപ്പെടും.

എം.പി. ബാലറാം

എഡിറ്റർ

25.2.2022
ചാലക്കുന്ന്
കണ്ണൂർ - 7

'ഭൂമി, സ്വർഗ്ഗം, നരകം' സുകുമാർ അണ്ടലൂരിന്റെ കവിതാലോകങ്ങൾ

എം.പി. ബാലറാം

ഒന്ന്

സുകുമാർ അണ്ടലൂരിന്റെ കവിതകൾക്ക് അമ്മ ഒരഭയസ്ഥാനമാണ്. 'എന്റെ അമ്മ അറിയാൻ' എന്ന ആരംഭത്തിലെ സമർപ്പണ വാക്യം, അത് തുറന്ന് പ്രകടിപ്പിക്കുന്നുണ്ട്. കേവലം ഉപചാരത്തിനു വേണ്ടിയുള്ള സമർപ്പണവാചകമല്ല ഇതെന്നും ആർജ്ജവത്വത്തോടെയുള്ള ഏറ്റുപറച്ചിലാണെന്നും 'സഹനയാത്രയിൽ' എന്ന സമാഹാരം ബോധ്യപ്പെടുത്തുന്നുണ്ട്. കവിതയുമായി ആത്മബന്ധം പുലർത്തുന്ന അമ്മ എന്ന കേന്ദ്രബിംബത്തിന്, അനേകം പുനർജന്മങ്ങൾ ഭിന്നരൂപങ്ങളിൽ സാധ്യമാകുന്നുണ്ട്. പരമ്പരാഗതമായ ഒരു പൊക്കിൾക്കൊടി ബന്ധത്തിന്റെ വെറും ആവർത്തനമല്ല, സുകുമാറിന്റെ കവിതകളിലേത്. അമ്മ-മകൻ ദ്വന്ദ്വം പരിണാമദശകൾ അനവധി പിന്നിടുകയും പുനരുജ്ജീവനത്തിന്റെ പുതുവഴികൾ അന്വേഷിക്കുകയും ചെയ്യുന്നു. അതിനാൽ ഏത് രൂപത്തിലും ഭാവത്തിലുമാണെങ്കിലും വിളിപ്പുറത്തുള്ള ഒരു ജീവസാന്നിദ്ധ്യമാണ് കവിതയിലെ അമ്മ. അമ്മയുടെ ഉണ്മയേയും ഇല്ലായ്മയേയും ആധാരമാക്കുന്നതാണ് സുകുമാർ അണ്ടലൂരിന്റെ

അഞ്ച് പതിറ്റാണ്ടിലധികം ദൈർഘ്യമുള്ള കവിതാജീവിതം. 'ഇല്ലായ്മ' പൊരുത്തപ്പെടാനാവാത്ത ഒരു രൂപകമായി കവിതകളിൽ ആവർത്തിച്ച് അവതരിപ്പിക്കപ്പെടുന്നു. അമ്മയുടെ നഷ്ടം, മഹാശൂന്യതയായി കവിതയെ നേരിടുന്നു. അകൽച്ച അടുപ്പത്തെ, വിയോഗം സംയോഗത്തെ, വിച്ഛേദം ദൃഢബന്ധത്തെ, ഇല്ലായ്മ ചെയ്യുന്നിടങ്ങളിൽ സുകുമാറിന്റെ കവിത കടുത്ത ആത്മസംഘർഷങ്ങൾക്ക് അടിമപ്പെടുന്നു. അതിനാൽ 'എന്റെ അമ്മ അറിയാൻ' എന്നത് പ്രാഥമികതലത്തിൽ മാനസിക വ്യഥകളെയും സംഘർഷങ്ങളെയും സംവേദനം ചെയ്യാനുതകുന്ന സമർപ്പണ വാക്യത്തിന്റെ ധർമ്മം ഫലപ്രദമായി നിർവ്വഹിക്കുന്നു.

രണ്ട്

ന്യൂനോക്തി, സുകുമാർ അണ്ടലൂരിന്റെ കവിതകളിൽ അടിയൊഴുക്കായി പ്രവർത്തിക്കുന്നു. ന്യൂനീകരണം കവിതയുടെ ശീർഷകം മുതൽ ആരംഭിക്കുന്നു. ഒരുതരം ലളിതവൽക്കരണം തന്നെയാണിത്. സങ്കീർണ്ണമായവയെ, ലളിതമായിക്കാണാൻ വായനക്കാരൻ പ്രേരിപ്പിക്കപ്പെടുന്നു. സുകുമാറിന്റെ കവിതകളിൽ എല്ലാം 'ലളിത'മാണ്. വാക്കുകൾ, പ്രയോഗങ്ങൾ, കൽപ്പനകൾ, വീക്ഷണങ്ങൾ... ലളിതമായ ഭാഷയേയും ആവിഷ്ക്കരണരീതികളേയും, ലാഘവത്വത്തോടെ സമീപിക്കാനാണ് വായനക്കാരൻ പരിശീലിപ്പിക്കപ്പെടുന്നത്. 'കൊളാഷ്' കാഴ്ചകളെപ്പോലും ലളിതമായ നർമ്മഭാവനയായി കാണാനാണ് അലസവായനക്ക് താൽപ്പര്യം. പ്രത്യക്ഷത്തിലുള്ള ലാളിത്യം, സുകുമാറിന്റെ കവിതയിലെ അപ്രിയസത്യത്തെ മൂടിവെക്കാനുദ്ദേശിച്ചുള്ളതാണ്. ആഴങ്ങൾ, പലതും മറച്ചുവെക്കപ്പെടുകയാണ്. പടവുകൾ പിന്നിട്ട് കഴിയുമ്പോഴാണ് വാക്കുകളുടെ ആഴങ്ങളെ മുഖാമുഖം നേരിടാൻ വായനക്കാരൻ നിർബന്ധിക്കപ്പെടുന്നത്. പുറമേയ്ക്കുള്ള ലാളിത്യം കവിതയുടെ കയങ്ങളെ ഒളിപ്പിക്കാൻ സമർത്ഥമായി ഉപയോഗിക്കപ്പെടുകയാണെന്ന് വായന തിരിച്ചറിയുന്നു. അമ്മേ, ചിത, അനിയത്തിക്ക്, സഹനയാത്രയിൽ, സസ്നേഹം, ജനനം, താരാട്ട്, കൃഷ്ണതുളസി, വിദ്യാരംഭം, കുരുവിക്കുഞ്ഞിന്, ഹരിഃശ്രീ... സുകുമാറിന്റെ കവിതകളുടെ ശീർഷകം ശ്രദ്ധിക്കുക. ഒറ്റനോട്ടത്തിൽ ലളിതങ്ങളാണ് അവയിൽ മിക്ക ശീർഷകങ്ങളും. അമ്പതുകൊല്ലക്കാലത്തെ രചനകളുടെ 'ആകാരഗാംഭീര്യമോ' 'വലുപ്പ'മോ പുറമേയ്ക്ക് പ്രകടിപ്പിക്കുന്നവയല്ല അവയൊന്നും. സുകുമാറിന്റെ കവിതകളുൾക്കൊള്ളുന്ന ദാർശനികമായ ആഴങ്ങളുടേയും കൽപ്പനകളുടെ ഔന്നത്യങ്ങളുടേയും സൂചനകൾ ശീർഷകങ്ങൾ നൽകുന്നില്ല.

ബോധപൂർവ്വമായ ലളിതവൽക്കരണത്താൽ വായനയുടെ വഴിതെറ്റാതിരിക്കാനുള്ള മുൻകരുതൽ കവിതയുടെ ശീർഷകം മുതൽ തന്നെ ആർജ്ജിക്കേണ്ടതുണ്ട്. വലുതാകുമ്പോഴും അമ്മയുടെ മുന്നിൽ കുട്ടിത്തം വിടാത്ത മകന്റെ ഒളിച്ചുകളിയായി സുകുമാറിന്റെ കവിതകളെക്കാണാം. 'അമ്മ അറിയാനുള്ള' കവിത എഴുത്ത്, ഇങ്ങനെ തന്നെയാകുന്നതിൽ സ്വാഭാവിതയുണ്ട്.

മൂന്ന്

മുമ്പ് സൂചിപ്പിച്ചതുപോലെ സുകുമാറിന്റെ കവിതയുടെ ആരംഭം അമ്മയിൽ നിന്നാണ്. അഞ്ച് പതിറ്റാണ്ട് ദൈർഘ്യമുള്ള കവിതാജീവിതത്തിന്റെ ആദ്യപാഠം അമ്മയിൽ നിന്ന് തുടങ്ങുന്നു. അഭയസ്ഥാനമായ അമ്മ ഒരു ഭാവബദ്ധതയായി സുകുമാറിന്റെ സർഗ്ഗാത്മകതയെ പിന്തുടരുന്നതിന്റെ തെളിവുകൾ, ഈ സമാഹാരത്തിലെ പല രചനകളും നൽകുന്നുണ്ട്. അമ്മയിലേക്കുള്ള പിന്മടക്കങ്ങൾ, അമ്മയെത്തേടിയുള്ള പ്രയാണം, ഇവയെല്ലാം ഭാവനാത്മകരൂപങ്ങളിൽ ആവർത്തിച്ച് പ്രത്യക്ഷപ്പെടുന്നു. അമ്മ- മകൻ ബന്ധത്തിന്റെ സ്വാഭാവികലാളിത്യമാകാം, സുകുമാറിന്റെ കവിതകളുടെ ലളിതവൽക്കരണത്തിന് പ്രേരണയായിത്തീർന്നത്. ലാളിത്യത്തിന് പകരം സങ്കീർണ്ണതയെന്നത്, സുകുമാറിന്റെ കവിതകളുടെ ഗുണപരമായ പരിവർത്തനത്തെക്കുറിക്കുന്നു. അമ്മയുടെ 'ഇല്ലായ്മ' തന്റെ കവിതയുടേയും 'ഇല്ലായ്മ' യാവാൻ കൂട്ടാക്കാതിരിക്കുമ്പോഴാണ്, ഗുണപരമായ ഒരു പരിവർത്തനത്തിന് കവിത തയ്യാറായിത്തീരുന്നത്. 'ആദ്യക്ഷര' മായ അമ്മ 'അന്ത്യാക്ഷര'വുമല്ലെന്ന തിരിച്ചറിവിൽ നിന്നാണ്, കവിതയിൽ പുനർജന്മങ്ങൾ സാധ്യമാകുന്നത്. സങ്കീർണ്ണമായ തുടർച്ചകൾ, സാദ്ധ്യമായിത്തീരുന്നത്. സന്ദിഗ്ദ്ധതകളെ അതിജീവിക്കാൻ കവിതയ്ക്ക് അതോടെ ശേഷിയുണ്ടാകുന്നു - സുകുമാറിന്റെ കവിതയിൽ ആഴങ്ങൾ രൂപപ്പെടുന്നു. ഭൂമിയുടേയും ആകാശത്തിന്റേയും നിറക്കൂട്ടുകൾക്കൊപ്പം, നരകത്തിന്റെ ഇരുണ്ട കാഴ്ചകളെയും അഭിമുഖീകരിക്കാൻ കവിത പ്രാപ്തമാവുന്നു. ഭൂമിയുടെ അധോതലങ്ങളിൽ നിന്ന്, ഉയരങ്ങളിലേക്ക് പോകാനുഴറുന്ന ഒരു ചിതയുടെ പ്രതിരൂപം, സുകുമാറിന്റെ കവിതയിൽ ആവർത്തിച്ച് പ്രത്യക്ഷപ്പെടുന്നുണ്ട്. മരിച്ചവരുടേത് മാത്രമല്ല, ജീവിച്ചിരിക്കുന്നവരുടേത് കൂടിയായ ഈ ചിതയെക്കുറിച്ചുള്ള ഉൾക്കാഴ്ചകൾ, മരണത്തേക്കാൾ ഭയാനകമായ നരകദർശനത്തിന് നിദർശനങ്ങളായി കവിതയിൽ വായിക്കാം.

നാല്

അമ്മ - മകൻ ദ്വന്ദ്വം സുകുമാറിന്റെ കവിതകളിൽ പുതുകൽപ്പനകളായി രൂപം മാറിവരുന്നത് നാം കാണാതിരുന്നുകൂടാ. 'ജനനം' എന്ന ചെറുകവിതയിൽ കവി - കവിത ബന്ധമായാണ് അത് പരിണമിക്കുന്നത്. കവിതയുടെ 'പഞ്ചവർണ്ണപ്പൈങ്കിളി'യെത്തേടി അലയുന്ന കവിയുടെ കാറ്റിനോടുള്ള അന്വേഷണത്തിൽ, മക്കളെത്തിരയുന്ന പെറ്റമ്മയുടെ ഉൽക്കണ്ഠ പതിയിരിക്കുന്നു (കണ്ടുവോ നീ). അമ്മയായി അന്ത്യവിശ്രമം കൊള്ളുന്ന ഭൂമീപുത്രിയായ ജാനകി (അമ്മേ, ചിത) 'വല്ലഭ' യായി 'സഹധർമ്മിണി' യായി രൂപാന്തരപ്പെടുന്നു, 'സഹനയാത്ര' യിൽ 'ദണ്ഡകാരണ്യം' എന്നീ കവിതകളിൽ. വിദ്യാലയത്തിൽ നിന്ന് വിരമിക്കുന്ന ഗുരുവിന്റെ വിടപറയലിന്, മക്കളോട് യാത്ര പറയുന്ന അമ്മയുടെ ആർദ്രസ്വരവുമായി ഏറെ സാമ്യമുണ്ട് (സസ്നേഹം). പ്രകൃതിയുടേയും മനുഷ്യന്റേയും രക്ഷക്ക് അമ്മ ഭഗവതിയെ വരവേൽക്കുന്ന തോറ്റം പാട്ടിന്റെ ഈണമാണ് 'ചാമുണ്ഡി' എന്ന കവിതയിൽ നിന്നുയർന്ന് കേൾക്കുന്നത്. അമ്മയ്ക്ക് ചിതയൊരുക്കുന്നതിനുപകരം, തനിക്കു തന്നെ ചിതയൊരുക്കുന്ന ഒരു മകനെ 'ശരറാന്തലി'ൽ അവതരിപ്പിക്കുന്നുണ്ട്. മുഴുവൻ കത്തിത്തീരും മുമ്പ്, ബാക്കിയായ തന്റെ ശരീരഭാഗങ്ങളുമായി ഭൂമിയിലും ആകാശത്തുമായി ഇഴഞ്ഞെത്തുന്ന മകനെ കാത്തിരിക്കുന്നത് അമ്മയുടെ ചിരന്തന സാന്നിദ്ധ്യമാണ്. ആദ്യം അച്ഛന്റെയും പിന്നീട് അമ്മയുടേയും വേർപാടിന്റെ ശൂന്യതയെ മറ്റൊരു കവിത (അനിയത്തിക്ക്) അതിജീവിക്കുന്നത്. സ്വന്തം അനിയത്തിക്ക് പുതുജീവിതം നൽകുന്നതിലൂടെയാണ്. നഷ്ടപ്പെട്ട അമ്മയുടെ ജന്മത്തെ, അനിയത്തിയുടെ ജന്മം വീണ്ടെടുക്കുകയാണെന്ന് പറയാം. 'പൊന്മുടി' യിലും 'ഹരിഃശ്രീ' യിലും, ഗുരുസാന്നിധ്യത്തിൽ വീണ്ടെടുക്കപ്പെടുന്നത്, സ്വന്തം കുട്ടിത്തത്തെ മാത്രമല്ല ഓർമ്മയിലെ മാതൃരൂപത്തിന്റെ പുനരവതാരങ്ങളെക്കൂടിയാണ്.

അഞ്ച്

ഭൂമിയുമായും ആകാശവുമായുള്ള നിലയ്ക്കാത്ത സംവാദങ്ങളിലാണ് സുകുമാറിന്റെ കവിത ഏർപ്പെടുന്നത്. ഭൂമിയിലെ ഉഴവു ചാലിൽ നിന്ന് ജന്മം കൊണ്ടവളാണ് കവിതയിലെ അമ്മ. മക്കളുടെ 'അശാന്തമനസ്സിന് ചിറകടിക്കാനുള്ള വാനം' അമ്മയുടെ സ്വന്തം. 'ആകാശപഥങ്ങളിൽ വെള്ളിച്ചിറകുമായമ്മ പറന്നു നീങ്ങുന്നു'. 'അസ്വസ്ഥതയ്ക്ക് തലതല്ലുവാനുള്ള പൂമടിത്തടം' അമ്മയുടേത് മാത്രം. ഭൂമിയുമായും ആകാശവുമായുമുള്ള

ആത്മബന്ധത്തിൽ നിന്ന് സുകുമാറിന്റെ കവിതയ്ക്ക് ഹരിതശോഭയും മഴവില്ലിൻ സ്വപ്നവർണ്ണങ്ങളും പകർന്ന് കിട്ടുന്നു. ഒരേയൊരു കാൽപ്പാദം കൊണ്ട് ഭൂമിയിലും ഒറ്റച്ചിറകുകൊണ്ട് ആകാശത്തിലും തുഴയാൻ പ്രാപ്തമായ കവിതയാണിത്. വെറും മണ്ണിലൂടെയും ആകാശലോകത്തിലൂടെയും മാറിമാറിയുള്ള പ്രയാണങ്ങൾ അർദ്ധഗന്ധർവ്വത്വത്തിന്റെ അനുഗ്രഹവും ശാപവും, ഒരേസമയം പേറുന്ന ഒന്നാക്കി കവിതയെ മാറ്റിത്തീർക്കുന്നുണ്ട്.

'കുഴയും കാലുകൾ മടക്കിവായുവി-
ലുയർന്ന് ചാടിയും
തുഴഞ്ഞും നീന്തിയു-
മൊരുവിധമെന്റെ
പുരയിലെത്തുമ്പോൾ-
ഇരുളുറയുന്നൊരിറയത്തുണ്ടമ്മ'
(ശരറാന്തൽ)

'....ഇതെന്തൊരു
കൗതുകം: നിലംതീരേ
തൊടുന്നീലെന്റെ പാദങ്ങൾ
കയ്യുകൾ പതുക്കനെ
വായുവിൽ തുഴയുമ്പോ-
ളുയരുന്നു ഞാൻ
ഉയർന്നുയർന്നാകാശ വിതാനത്തി-
ലൊഴുകുന്നു ഞാൻ
(ചിറകുകളെന്നുമിങ്ങനെയെനി-
ക്കുള്ളതാണല്ലോ...)'
(ഹരിതം)

സംവാദങ്ങൾ കൊണ്ടു മാത്രം പൂർണ്ണമാകുന്നതല്ല സുകുമാറിന്റെ കവിതാദർശനം ഭൂമിയുമായും ആകാശവുമായുമുള്ള നിലയ്ക്കാത്ത സംഘർഷങ്ങളാണ് സുകുമാറിന്റെ കവിതാജീവിതത്തിന്റെ ചാലകശക്തിയായിത്തീരുന്നത്. അഭയസങ്കൽപങ്ങളും ആകാശചാരിത്വവും എല്ലാ കാലത്തും കവിതയുടെ രക്ഷക്കെത്തില്ലെന്ന് തിരിച്ചറിയപ്പെട്ടുന്നുണ്ട്. 'കറുത്ത വിണ്ടല'ത്തെയും, 'വിഷപ്പുകയേറ്റ് കരിഞ്ഞ കുരുന്നു മക്കളേയും', 'കൊട്ടംവറുതിക'ളെയും 'തീരാദുരന്തദുഃഖങ്ങളെ'യും 'ഭ്രാന്തിന്റെ തിരിയാത്ത തീരാപ്പുലമ്പലുകളെ'യും 'ഗർഭിണി തുപ്പുന്ന

പൂരത്തെറിക'ളെയും 'സുരലോകസർപ്പിള ഗാലക്സികളെ'യും 'തമോ ഗർത്തങ്ങളെ'യും നേരിടാനുള്ള കരുത്ത് സുകുമാറിന്റെ കവിത നേടുന്നു ണ്ട്. ഭൂമിയുടെയും സ്വർഗ്ഗത്തിന്റേയും ദർശനങ്ങൾക്ക് തുല്യം നരകത്തി ന്റെ ഇരുണ്ടദർശനത്തെക്കൂടി സ്വായത്തമാക്കുമ്പോഴാണ് സുകുമാർ അണ്ടലൂരിന്റെ കവിതയ്ക്ക് സമഗ്രരൂപം കൈവരിക്കാൻ കഴിയുന്നത്:

'താരക-
ളനന്തകോടികളെരിഞ്ഞുതീരുന്ന
വെളിച്ചത്തിൻ നിറം
കറുത്തുപോകുന്ന
പരമാർത്ഥമിരുട്ടുതന്നെ-
യെന്നൊരുണർവ്വിന്നാഘാത-
മുനയിലെന്നുടെ
തല പിളരുമ്പോൾ
പ്രപഞ്ച കോടികൾ
വിറങ്ങലിച്ചതാ-
മിരുണ്ട ഗഹ്വരം കടന്നെത്തീ
മഹാ പ്രളയകൽപ്പങ്ങൾ
അപാരമൗനത്തിൻ
ഗംഭീരത
താളലയത്തിന്നഗാധത!'
(ബ്ലാക്ക് ഹോൾ)

ആറ്

തഥാഗതന്റേയും ഒടുവിലത്തെ പെരുമാളിന്റേയും എഡ്വേർഡ് ബ്ര ണ്ണന്റേയും എം.എൻ വിജയൻ മാഷ്ടേയും ഓർമ്മകളുറങ്ങുന്ന മണ്ണാണ് 'ധർമ്മപട്ടണ'ത്തിലേത്. ഈ പൂഴിമണ്ണിൽ എവിടെ കുഴിയെടുത്താലും അധികം ആഴത്തിൽ പോകാതെ, ഓർമ്മകളുടെ ഉറവ കണ്ടെത്താം. മൂന്ന് ഭാഗവും പുഴകൾ, പടിഞ്ഞാറ് കടൽ. സുകുമാറിന്റെ കവിതകളി ലും എവിടേയും ഉറവകളുണ്ട്. വരികളിലും, വരികൾക്കിടയിലും. ഓരോ വാക്കിലും. ലാളിത്യത്തിന്റെ, കാരുണ്യത്തിന്റെ, പ്രണയത്തിന്റെ, നിഷ്ക്കളങ്കതയുടെ ഉറവകൾ. ഉറവകളെല്ലാം വറ്റിവരണ്ട നമ്മുടെ കാലത്ത്, സുകുമാർ അണ്ടലൂരിന്റെ കവിതകളുടെ മൂല്യം നിർണ്ണയിക്ക പ്പെടുന്നത് അതുൾക്കൊള്ളുന്ന വറ്റാത്ത ഉറവകളുടെ പേരിലായിരിക്കും. തീർച്ച.

(2019 ജൂലൈ 1)

ഭാഗം ഒന്ന്

ചിത

പൊലിഞ്ഞു തെളിനാളം
പൊൻ വെളിച്ചം മറഞ്ഞു
ജഡമായൊരു നെയ്ത്തിരി
പ്രാണമരുത്ത്
തിരയുവതിനിയാരെ!
നിലവിളക്കിലെണ്ണ-
യെരിയുവതിനിയാർക്കുവേണ്ടി!

മൃതിയില്ലാത്ത
സ്മൃതിയിലിനിയൊരു
വിഭൂതിമാത്രമോ
അമ്മയുടെ ദഗ്ദ്ധഹൃദയം
എന്നമ്മയുടെ ദഗ്ദ്ധഹൃദയം!

അമ്മേ,
അശാന്തമനസ്സിന്നു ചിറകടിക്കാ-
നിനിയെങ്ങുവാനം
അസ്വസ്ഥതയ്ക്കു തലതല്ലുവാ-
യിനിയേതു പൂമടിത്തടം
അലതല്ലമേതു തീർത്ഥഘട്ടത്തി-
ലിനിയീമകനുശാന്തി
നിലയ്ക്കാത്ത സങ്കടപ്പുഴകളല്ലാ-
തിനിയമ്മേ,
ഈ മകനേതുണ്ടു പുണ്യ തീർത്ഥം!

'കാകൃതി കാകൃതി കാക്കേ വാ
കുകൃതി കുകൃതി കുയിലേ വാ
മാകൃതി മാകൃതി മാങ്ങേ വാ'
-പാടുകയാണമ്മ
കരയുമൊരുണ്ണിയെ മടിയിലിരുത്തി-
പ്പാടുകയാണമ്മ

മാവിൻ ചോട്ടിലിരിക്ക-
മമ്മയൊരു മാവില കോട്ടി
ഈർക്കിലിത്തുമ്പിൽ കുരുക്കി
-പറക്കാൻ വെമ്പുമൊരു
പനംതത്തയായതു ചിറകടിക്കുന്നു
പിന്നെ,
വിസ്മയാഹ്ലാദഭരിത-
നുണ്ണിയുടെ കൈകളിലിരുന്നു
പനംതത്ത ചാഞ്ചാടുന്നൂ
ഉണ്ണിയും ചാഞ്ചാടുന്നൂ ചരിഞ്ഞാടുന്നൂ

'മാകൃതി മാകൃതി മാങ്ങേവാ'
മടിയുലുണ്ണിക്കുമാത്രമായമ്മ കരുതിയ
കല്ക്കണ്ട മാമ്പഴം നുണഞ്ഞുണ്ണി മയങ്ങുന്നു
മയങ്ങുമുണ്ണിക്കിടാവിന്നു, പിന്നെ-
പ്പൂങ്കിനാവുകൾ, പുള്ളി-
പ്പൂങ്കുയിൽ പാടുന്ന പാട്ട്!

സ്വപ്നം തളിർക്കുമാ-
മാമരം മുറിയുന്നു
അമൃതം ചുരത്തുന്ന
തേന്മാവ് മുറിയുന്നു
നിറയെപ്പൂത്തുലഞ്ഞൊര-
പ്പൊന്നുഞ്ഞാല്ക്കൊമ്പുകൾ മുറിയുന്നു
-അമ്മയ്ക്കായൊരു ചിതയൊരുങ്ങുന്നൂ
ഒരു ചിതയൊരുങ്ങുന്നു

സ്വസ്ഥതയുടെ പട്ടുതുവൽക്കിടക്കയി-
ലെല്ലാം മറന്ന്
അമ്മയുറങ്ങുന്നൂ, വാഴ്വി-
ലാദ്യമായമ്മയുറങ്ങുന്നൂ ശാന്തം!
ഇത്രയും ശാന്തമായിത്രയും
ശാന്തമാ-
യെന്റെയമ്മയുറങ്ങുമോ!
പറന്നുയരുമഗ്നി-
ച്ചിറകുകളേ, നന്ദി! നിങ്ങ-
ളെന്നമ്മയ്ക്കു ശാശ്വതമൊരു
പൊന്നിൻ കുട നിവർത്തുകയല്ലയോ

-ഇല്ല നോവുകൾ
എന്നമ്മയ്ക്കിനിയില്ല നോവുകൾ
ഉഴവുചാലിലുയിർക്കൊണ്ട്, കണ്ണീ-
രുറവകളിലൊഴുകി
ദുരിതക്കടലുകൾ
സഹനതയുടെയഗ്നി-
പഥങ്ങ, ളടവികൾ കടന്ന്
പർണ്ണശാലയിലപർണ്ണയായ്
മക്കൾക്ക് നെഞ്ചിലെന്നും
ഹോമകുണ്ഡങ്ങളെരിയിച്ച
ജനകപുത്രിക്കിനി-
യില്ല നോവുകൾ
എന്നമ്മ
ജാനകിക്കിനിയില്ല നോവുകൾ.

●

(ദേശാഭിമാനി വാരിക, 15 സെപ്റ്റംബർ 1996)

താരാട്ട്

വിളിക്കയാണമ്മ, കാറ്റിൻ
കരച്ചിലായെന്നെ!
വിളിക്കയാണമ്മ
പെയ്തൊഴിയാത്ത മഴയുടെ
വിതുമ്പലായെന്നെ !
എവിടെയാണമ്മ
പാറകൾ ചിതറിയ
മുകിലുകൾ മേയുന്ന
വിജനമാമൊരു
കുന്നിന്റെ താഴ്വരയിലൂ-
ടലഞ്ഞു ഞാൻ
നിറഞ്ഞ കൺകളാൽ
തിരഞ്ഞു ഞാൻ
എവിടെയെന്നമ്മ
എവിടെയാണമ്മ!

മുകളി-
ലാകാശ പഥങ്ങളിൽ
വെള്ളിച്ചിറകുമായമ്മ
പറന്നു നീങ്ങുന്നു!
വത്സല കരങ്ങളെൻ നേർക്കു
പതുക്കെ നീളുന്നു
പോരികെൻ
മടിയിലേ, യ്ക്കമ്മതൻ

മടിയിലേ,യ്യെന്റെ മകനേ
-എന്നമ്മ വിളിക്കുന്നു
എന്നെ വിളിക്കുന്നു.

ദയാർദ്രമക്കരം വിടരുന്നു
വാരിയെടുക്കുവാൻ വരും
മലർക്കരത്തിലേയ്ക്കൊരു
വിതുമ്പലാ-
യൊരു തളർച്ചയായെത്തി-
പ്പുതുക്കെപ്പൂവിരൽ പിടിക്കെ-
ഭീകരമൊരു കൊടുങ്കാറ്റിൻ പ്രചണ്ഡത !
അമ്മതൻ
ചെറുവിരൽത്തുവൽ പറന്നു പോയ്
-പിഞ്ചു കരങ്ങളെത്താത്തോരകലങ്ങൾ!
അമ്മയകന്നു പോയ്
അമ്മയകന്നകന്നു പോയ്
അമ്മയെവിളിച്ചു കേണു ഞാൻ
എന്റെ കരച്ചിലും
നാവിലുറഞ്ഞുപോയ്!
പിന്നെ,
കിതച്ചുണരുന്നേൻ
മിഴി തെളിയുന്നു
തെളിമിഴിയിലത്ഭുതം
-വീണ്ടുമമ്മതൻ
മടിയിലാണു ഞാൻ
എന്നമ്മതൻ മടിയിലാണു ഞാൻ!
അമ്മ കരയുന്നു
കണ്ണീരൊഴുകുന്നു, കണ്ണീ-
രെന്റെ ശിരസ്സിൽ വീഴുന്നു
എൻ കവിൾ നനയുന്നു
മൃതിയുടെ മണം മറയുന്നു
സ്മൃതിയിലുഷ്മളമൊരു ഗാനം
നിറയുന്നു, അമൃതമാ-
യൊഴുകുന്നു !

പിന്നെയും
പകലിരവുകളൊരേ നിറത്തിലെൻ
ജനലഴികളിലിഴഞ്ഞു നീങ്ങുന്നു!

●

(മാതൃഭൂമി ആഴ്ചപ്പതിപ്പ്, 5 ജൂലൈ 1987)

അമ്മേ!

എന്റെ പൂക്കളേ, നീലാ
കാശമേ, ചിരി-
ച്ചെന്നെച്ചാമ്പലാക്കിയ നക്ഷത്രങ്ങളേ,
നിങ്ങ-
ളെന്നെയെന്തിനായ് വീണ്ടു-
മുണർത്തി? പുതുഗന്ധ-
മായ്പ്പടർ,ന്നെൻ കൺകളിൽ
വർണ്ണങ്ങളെഴുതുന്നു!

ഇല്ല,
ഞാനില്ലാ പൂത്ത
കാനനത്തിലേ,-
യ്യൊറ്റക്കുന്നിന്റെ നിറുകയി-
ലമ്പിളിത്തെല്ലിൻ തുമ്പി-
ലൊതുങ്ങാമോഹത്തിന്റെ
ചിറകായുയരുവാൻ!
-ഇല്ല, ഞാനിനിയില്ല!

എന്റെ കൈയുയരത്തി-
ലുലയും സ്വർണ്ണത്തിന്റെ
കുലകൾ വേണ്ട; യെനിക്കായി-
ട്ടുന്നതങ്ങളിൽ സൌമ്യം
ജ്വലിക്കുമനർഘത
വേണ്ട; യെൻ ഞരമ്പിന്റെ

ജ്വാലയായ് കത്തിപ്പടർ-
ന്നൊരിക്കൽക്കൂടി-
യെന്നെ മറ്റൊരു ചുടലയായ്
മാറ്റുവാനുഴറുമീ
സൂര്യന്മാർ വേണ്ട; യെനി,-
ക്കെന്നും പാരുഷ്യമറിയാത്തോ-
രീമടിത്തട്ടിൻ ക്ഷീര-
പഥമേ മതി, സ്നേഹാ-
മോദമേ മതി, നുള്ളി-
നോവിക്കുമെറുമ്പുക-
ളിനിയും പൊതിയുവ-
തിന്നു മുമ്പമ്മേ,
എന്റെ പൊന്നമ്മേ, യെനി-
ക്കമ്മിഞ്ഞ തരൂ, ഒരു
മുത്തശ്ശിക്കഥ പാടൂ,
ഞാനുറങ്ങട്ടെ...
ഞാനുറങ്ങട്ടെ!

●

(മാതൃഭൂമി ആഴ്ചപ്പതിപ്പ്, 29 ഡിസംബർ 1974)

ഹരിഃ ശ്രീ

(ശ്രീ ജി. എൻ പിള്ളയ്ക്ക്)

ഒന്നു കാണുവാൻ!
ഒന്നു മിണ്ടുവാനില്ലാതെ
ശൂന്യമാമിപ്പിഞ്ചു ധാർഷ്ട്യം
സ്വയമലിഞ്ഞില്ലാതെ-
യില്ലാതെയാകാൻ; പിന്നെ-
യുണർവിന്റെ മന്ത്രമായ്
മന്ദ്രമാം തുര്യമായ്
രാഗച്ചിറകാർന്നുയർന്നു
കരുത്തിന്റെ സംഗീതമാകാൻ
തുടിക്കും കരളുമാ-
യെത്തി ഞാൻ!
ഒന്നു കാണുവാൻ, ഏറെ-
യിടറും പദവുമായ് നിന്നേൻ!
ആ മതില്ക്കെട്ടിന്നകത്ത്
എന്നോ ജീർണ്ണത തിന്നതാം
വാതിൽ തുറന്നേ കിടന്നിരുന്നു!
സൌവർണ-
പീഠമൊഴിഞ്ഞേ കിടന്നിരുന്നു!

കരിയിലകൾ പുളയുന്ന
പടവുകൾ പിന്നിട്ട
നെറികെട്ട കാറ്റി-
ന്നനക്കവും മുളലുമെത്താത്ത

നിഴലിന്റെ കാട്ടുകളില്ലാത്ത
തെളിവിന്റെ തീരവുമോർമ്മിച്ച
മെല്ലെയിറങ്ങി നടന്നേൻ!

കാലടിക്കീഴിൽ
കറുത്തുരുകുന്ന മധ്യാഹ്നം മറന്നു
പട്ടണത്തിന്റെ
ജ്വരാവേഗവും പൊള്ളുന്ന
ചൂരും മറന്നു
കഴലിന്റെ നോവു മറ-
ന്നൊന്ന് കൺമിഴിച്ചപ്പോൾ
പളുങ്കുമണികൾ പാടുന്നു, തീർത്ഥ-
മാട്ടും ചിലങ്ക പാടുന്നു!
പത്മതീർത്ഥക്കരയിലൊ-
രുദ്യാന ധ്യാനം! നിത്യ-
ധ്യാനമായ്, ദിവ്യഗന്ധമായ്
പൂക്കളറിയും ഗുരുവിനെ,
കാമരൂപനെക്കണ്ടേൻ!
നിറയും മനസ്സുമായ്
ഓംകാരമന്ത്രം ശ്രവിച്ച
കുനിയും ശിരസ്സുമായ്
നിന്നേൻ; ഹരി
ഗീതിക പാടും തുളസീ-
ദളങ്ങളാത്മാവില്ലൊരുത്തു
വിറയാർന്നേൻ
പിന്നെ, ഭവ്യതയോടെ ഞാൻ
കൈയിൽക്കരുതിയ
കരിമഷി ചാലിച്ച സ്ലെയ്റ്റിൽ
സ്വർണ്ണത്തരികളിൽത്തൊട്ടു
വരച്ചു തന്നു
മയിൽപ്പീലി!
മയിൽപ്പീലി-
ക്കണ്ണിലൊരാലിലക്കണ്ണൻ
-കൊച്ചു പെരുവിരലുണ്ടുകൊ-
ണ്ടാൽത്മനിയാത്മനാതുഷ്ടനായ്
മേവുന്നൊരുണ്ണി;

-എന്റെയാകാശത്തിലാദിമ വർണ്ണം
അനശ്വരതാളം
ആർദ്രമായാർദ്രമാ-
യാകെക്കുളിരായൊരു
മഴയായെന്റെ
വാനവും ഞാനും

●

(മാതൃഭൂമി ആഴ്ചപ്പതിപ്പ്, 20 ഒക്ടോബർ 1985)

സുരേന്ദ്രന്

(സുരേന്ദ്രൻ ഗവ: ബ്രണ്ണൻ കോളേജിൽ എന്റെ സഹപാഠിയായിരുന്നു. ഒരു രസതന്ത്ര വിദ്യാർഥി. ഫൈനൽ പരീക്ഷയെഴുതാതെ, പരീക്ഷാഹാളിൽ നിന്നും ഇറങ്ങിപ്പോയ സുരേന്ദ്രൻ പിന്നീട് മാനസികരോഗിയായി, ആത്മഹത്യ ചെയ്തു)

വന്നിരുന്നു ഞാൻ നിന്നെ-
ക്കാണുവാൻ; തിരിച്ചറി-
ഞ്ഞില്ല നീയെന്നെ!ഒരേ-
സീറ്റിലെത്രയോകാല-
മിരുന്നു പഠിച്ചവർ
നമ്മ; ളെങ്കിലും തീരേ
തിരിച്ചറിഞ്ഞില്ല നീയെന്നെ!

നോട്ടുകൾ പകർത്തുവാൻ
തിരുത്താൻ, കഠിനമാ-
മേതു പ്രോബ്ളവും സോൾവു-
ചെയ്യുവാൻ വിരുതേറെ-
യുള്ള നിന്നുടെ നിത്യ
സൌഹൃദം നുകരുവാൻ
എത്രയോ പകലുകൾ
രാവുകൾ നാമൊന്നിച്ച
മിത്രമേ, കഴിച്ചനിൻ
പഠനമുറിയ്ക്കുള്ളിൽ
നീ കിടക്കുന്നു വെറും
തറയിൽ; മിഴിയിമ
പൂട്ടാതെ, നൂൽബന്ധങ്ങ-

ളില്ലാതെ; പൊടിമണ്ണു
പുരണ്ടും വ്രണങ്ങളി-
ലിരുമ്പു കാൽച്ചങ്ങല-
യമർന്നും കൊട്ടും നോവു
സഹിക്കാഞ്ഞിടയ്ക്കിടെ
കരഞ്ഞും എഴുന്നേല്ക്കാ-
നാവാതെ വിറപൂണ്ടു
കിതച്ചും, മിഴിയുന്ന
കൺകളിൽ നക്ഷത്രലോ-
കങ്ങളെയാവാഹിച്ചു
ചിരിച്ചും പുലമ്പിയും
-നീ കിടക്കുന്നു വെറും തറയിൽ!

കണ്ടതില്ല നീയെന്നെ-
ക്കണ്ടിട്ടും; തിരിച്ചറി-
ഞ്ഞില്ല നിൻ കൈകൾ വാരി
ഞാൻ ചേർത്തു പിടിച്ചിട്ടും!
എനിക്കന്യമായ് നിന്റെ
ലോകങ്ങൾ, സുരലോക
സർപ്പിള ഗാലക്സികൾ!
സുഹൃത്തേ ക്ഷമാപണം
-ഞാനറിയുന്നതേ-
യില്ല നിൻ മനസ്സിലെ
രാസമാറ്റങ്ങ, ളൊട്ടുങ്ങാത്ത
പ്രോബ്ലങ്ങൾ, ഒരിക്കലു-
മഴിയാക്കുരുക്കുകൾ!

അറിഞ്ഞതിതുമാത്രം:
നമ്മുടെ രസതന്ത്ര-
പ്രാക്റ്റിക്കലെക്സാം ഹാളി-
ലൊരുനാൾ ഷെൽഫിൽനിന്നും
നിറകുപ്പികൾ പെട്ടെ-
ന്നിറങ്ങി വന്നു, വിഷ-
മന്ത്രങ്ങളുരുവിട്ടു
നിന്റെ മേശമേൽ മോക്ഷ
ഗന്ധമായ് നീലോജ്വല-

പ്പത്തികൾ നീർത്തി
ഫ്ലാസ്കുകൾ, ബ്യൂററ്റുക-
ളുരുകും ചൂടുനെഞ്ചു
തകർന്ന രക്തം വാർത്തു!
ഉത്തരക്കടലാസ്സിൽ
നിന്റെ കോളങ്ങൾ മാഞ്ഞു
കെമിക്കലിക്വേഷനിൽ
ബാലൻസ് തെറ്റി; ക്വസ്റ്റ്യൻ
പേപ്പറും ഹാൾടിക്കറ്റും
ബർണറിൽ കത്തിച്ചു നീ
ചിരിച്ചു; പരീക്ഷക-
നരികിലെത്തും മുന്നെ
അഴികളില്ലാജ്ജനൽ-
പ്പഴുതില്ലൂടി, മുന്നിൽ
തെളിയും ദൂരാകാശം
തേടി നീ പറന്നു പോയ്
-അറിഞ്ഞതിതുമാത്രം
ഞാനോർക്കുവതിതുമാത്രം!

പിന്നെ; പ്പൂവുകൾ, കാര
മുള്ളുകൾ നിറഞ്ഞതാം
ഞങ്ങൾതൻ പാറക്കുന്നി-
ലേയ്ക്കുള്ള വഴികൾ നീ
മറന്നേ പോയി, ലോകം
രോഗഗ്രസ്തമായ്; വെയിലും
മഴയും മഞ്ഞും നിന-
ക്കുണർത്തുപാട്ടായ്, നിത്യ-
ഹരിതങ്ങളായ്!.....

ഒരിക്കലും
ഞങ്ങൾക്കായ് തുറക്കാത്ത
സ്വർഗ്ഗ ഗഹ്വരങ്ങളിൽ
നീ കുടിപാർത്തു! രോഗ-
ഗ്രസ്തമീ ലോകത്തിന്റെ
സന്തതി-എനിക്കാകെ-

യന്ന്യമായ് തിളങ്ങുന്ന
നിൻ മിഴിയിലെ ക്ഷീര-
പഥങ്ങൾ, വിടരുന്ന
സർപ്പിള നെബുലകൾ!
പ്രിയമിത്രമേ, യാത്ര-
യായി നീ;, തമോഗർത്ത-
മേതൊന്നിൽ നിനക്കിനി
നിർമ്മല ശാന്തി പീഠം!

●

(ഡിസംബർ 1975)

എത്ര യാമങ്ങൾ?

അടയ്ക്കാൻ മറന്ന
ജനാല, നക്ഷത്ര-
സൌഭാഗ്യമില്ലാത്ത
വാനം, കാറ്റിൻ ഞരക്കം.

നിലയ്ക്കാതെ മോങ്ങും
ചതഞ്ഞ തെരുവിന്നനക്കം
-നേരമെത്രയായ്,
കാലമെത്രയായ്!

പുറം തിണ്ണയിൽ
ചാക്കിലെന്നും ചുരുളുന്ന
ഭ്രാന്തിന്റെ
തിരിയാത്ത തീരാപ്പുലമ്പൽ
അന്ധനാം യാചകനു
താങ്ങായ ഗർഭിണി
തുപ്പുന്ന പൂരത്തെറി-
യേറ്റുടയുന്ന പാത്രങ്ങൾ
-ഒരു കുഞ്ഞിൻ കരച്ചിൽ
കരച്ചിൽ!

നിദ്രയില്ലാത്ത
പതിവുള്ളരാത്രി
ഞാൻ,

എന്റെ തടവറ
കൊതുകിൻ കൊലവിളി !
ഉടുമുണ്ടഴിച്ചു പുതച്ചും
പുതച്ചും
തിരിഞ്ഞും മറിഞ്ഞും
ഇക്കയർക്കട്ടിലി-
ലെന്റെ യുവത്വം
-പുലരുവാനെത്രയാമങ്ങൾ
എത്ര യാമങ്ങൾ!

എൻ പ്രിയ
സ്വപ്നങ്ങളേ, സ്വപ്ന
വർണ്ണങ്ങളേ, വർണ്ണ-
ക്കരുന്ന ചിറകിൽ
ഞാനെങ്ങു നോവിച്ചു,
എന്നു നോവിച്ചു?
ഇനിയിങ്ങു
നിങ്ങൾ വരികയില്ലെന്നോ!

●

(മാതൃഭൂമി ആഴ്ചപ്പതിപ്പ്, 3 സെപ്റ്റംബർ 1978)

അനിയത്തിക്ക്

എട്ടന്റെ മടിയിൽ മുഖമമർത്തി
ഏറെക്കരഞ്ഞു തളർന്നുറങ്ങും
അനിയത്തീ, യിനി നിനയ്ക്കമ്മയും ഞാ-
നഴലറിയാതെയുറങ്ങുറങ്ങ്

പുകയടുപ്പിൽ കനലൂതിയൂതി-
പ്പുകയുമനാഥമാം ബാല്യകാലം
നോവുകൾ തിന്നുനാമെത്ര: യിന്നും
വേവും കരളേ നമുക്കു സ്വന്തം

ദുരിതം കരിക്കട്ടകൊണ്ടു തീർത്തോ-
രാച്ഛമർ ചിത്രത്തിനില്ല മങ്ങൽ.

പതിറ്റടിപ്പൂവിന്റെ കുരുവെടുത്ത്
ത്തുനെറ്റിച്ചൊട്ടയ്ക്കു ചാന്തരച്ച്
കരിവിളക്കിന്റെ മഷിയെടുത്ത്
കൺകളിൽ നിറയെസ്സുറുമയിട്ട്
മഞ്ചാടിമണികൾ കൊരുത്തും കൊണ്ടേ
മാഞ്ചുവട്ടിൽ നീ കളിപ്പതുണ്ടേ
പഴന്തുണിച്ചീന്തിനു ചായം മുക്കി
പാവയ്ക്കുടുപ്പാനുടുപ്പൊരുക്കി
മാച്ചപ്പ് തൊപ്പിയ്യണിഞ്ഞുംകൊണ്ടേ
മാഞ്ചുവട്ടിൽ നീ കളിപ്പതുണ്ടേ

ഒരു കിണ്ണമെന്നും നമുക്ക പാത്രം
ഒരുരുളച്ചോറേ നമുക്ക സദ്യ
ഒരു കീറപ്പായ നമുക്ക മെത്ത
ഒരേ ദുഃഖമെന്നുമുറക്കുപാട്ട്

ദുരിതം കരിക്കട്ടകൊണ്ടുതീർത്തോ-
രാച്ഛമർചിത്രത്തിനില്ല മങ്ങൽ

സങ്കടപ്പെരുമഴ പെയ്തിറങ്ങും
സഹനപ്പുഴ നീന്തി വന്നവളേ
അനിയത്തീ, ഇന്നും നിൻപിറവിനാളി-
ക്കഥയൊടുങ്ങാത്ത മനസ്സിലുണ്ടേ;

അമ്മയ്ക്ക് പേറ്റുനോവായിരുന്നു
അക്കരയമ്മമ്മ വന്നിരുന്നു
അങ്ങേലെ മുത്തശ്ശി വന്നിരുന്നു
അമ്മാച്ചിയമ്മയും വന്നിരുന്നു
അടുക്കളച്ചായ്പ്പിലാണമ്മ; മുറ്റ-
ത്തസ്വസ്ഥനച്ഛൻ നടന്നിരുന്നു

കല്ക്കണ്ടപ്പൊടിയും മലർപ്പൊടിയും
തേനിൽ കുഴച്ചതും നുണഞ്ഞുംകൊണ്ടേ
കട്ടിലപ്പടിയിലിരിക്കുമെന്നെ
പെട്ടന്നു വാരിയെടുത്തിതച്ഛൻ
പിന്നെപ്പതുക്കെപ്പറഞ്ഞിടുന്നു:
മോനൊരു പൊന്നനിയത്തിവന്നേ!
പൊൻ വെയിൽ മുറ്റത്ത് ചെന്നിതച്ഛൻ
തൻ നിഴൽ മെല്ലേയളന്നളന്ന്
സമയം ഗണിച്ചുകുറിച്ചെടുത്ത്
രാശിചക്രങ്ങൾങ്ങൾ വരച്ചെടുത്ത്
ഗ്രന്ഥക്കെട്ടാകെയഴിച്ചെടുത്ത്
കോലായിലെല്ലാം നിരത്തിവെച്ച്
എന്നെ മടിയിലിരുത്തി വീണ്ടും
പറയുന്നു: പൂരം പിറന്നൊരുണ്ണീ,
ഉത്രമായനിയത്തിയരികിലുണ്ടേ
ഉത്തമ-യെന്നാലും ദുഃഖപുത്രി!

കുഞ്ഞുമിഴികൾ തെളിയും മുൻപേ
കുഞ്ഞിക്കാൽ വെച്ച നടക്കും മുൻപേ
അച്ഛൻ മറഞ്ഞുപോയ്; ഇന്ന പെങ്ങൾ-
ക്കാരൂപമോർമ്മയിൽപ്പോലുമില്ല !

കരിനാഗമിഴയുന്ന വഴി നടന്നും
തിരയടങ്ങാത്തീക്കടൽ കടന്നും
കർപ്പൂരഹൃദയം ജ്വലിച്ച തീരും
കൽപ്പടവെല്ലാം കയറിയമ്മ
പുലരാത്ത രാവിനും പുലരിയായി
തെളിയാത്ത മനസ്സിലും പൊന്നൊളിയായി
നെയ്ത്തിരിയഞ്ചും കൊളുത്തിവെച്ച്
നിറദീപമായി നിറഞ്ഞൊരമ്മ
ഉള്ളാലെയുരുകിയുടൽ മറന്ന്
ഉറങ്ങാത്തമിഴികളുമായൊരമ്മ
എരിതീയിൽ മലരായ് വിടർന്നൊരമ്മ
വറുതിയിലന്നമായ് വെന്തൊരമ്മ
-അമ്മയും പോയിന്നു നമ്മളൊറ്റ-
യ്ക്കിനിയിക്കടലുകടന്നു പോണം
മിഴിനീർപ്പരപ്പിന്നപാരതയിൽ
തുഴയറ്റ തോണി തുഴഞ്ഞു പോണം!

ഏട്ടന്റെ മടിയിൽ മുഖമമർത്തി
ഏറേക്കരഞ്ഞു തളർന്നുറങ്ങും
അനിയത്തീ,യിനി നിനക്കമ്മയും ഞാൻ
അഴലറിയാതെയുറങ്ങുറങ്ങ്
കണ്ണുനീർ തോരാതെ നീയുറങ്ങ്
കരഞ്ഞുംകൊണ്ടേ നീയുറങ്ങുറങ്ങ്.

●

(ദേശാഭിമാനി വാരിക, 15 ജൂൺ 1997)

ശാരറാന്തൽ

ചിതയെരിയുന്നു
പടർന്നുകത്തുന്നു
അരികിൽ തന്നെ ഞാനിരുന്നു
എന്റെ
ചിത നോക്കിക്കൊണ്ടേയിരിക്കുന്നു
കൊട്ടും
പുകയേറ്റും ചൂട്ടുവിയർത്തും തേങ്ങിയും
മരിച്ചുപോയിഞാൻ !
　　　　ചിതയെരിയുന്നു
　　　　പടർന്നുകത്തുന്നു
അറിഞ്ഞു വന്നവരെനിക്കു സ്വാന്തനം
പകർന്ന മിത്രങ്ങൾ
വിട പറഞ്ഞു പോയി
-ഇനി വരില്ലാരും
ചിതക്കരികിൽ ഞാൻ തനിച്ചിരിക്കുന്നു
പതുക്കെ ഞാനെന്റെ
ചിതലേക്കൊന്നു
കുനിഞ്ഞു നോക്കുന്നു
എരിഞ്ഞു തീരാത്ത
വിറകു കൊള്ളിയായ്
കിടക്കുമെന്നെ ഞാൻ വലിച്ചെടുക്കുന്നു
　　　　ഇരിട്ടില്ലാരുമൊട്ടറിഞ്ഞില്ല;കത്തും
　　　　കനൽ കെട്ടു;ഞങ്ങൾ നടന്നുമോടിയും
　　　　തളർന്നൊരു മണൽപ്പറമ്പിലെത്തുന്നു

കുഴഞ്ഞു പോകുന്ന വഴിയിലെങ്ങുമു -
ണ്ടിഴഞ്ഞിഴഞ്ഞുപോം കരിനാഗം;ഫണം
വിടർത്തുവാൻ വയ്യാത്തവ പുളയുന്ന
കുഴയും കാലുകൾ മടക്കി വായുവി -
ലുയർന്നു ചാടിയും
തുഴഞ്ഞും നീന്തിയു -
മൊരുവിധമെന്റെ
പുരയിലെത്തുമ്പോൾ
-ഇരുളുറയുന്നൊരിറയത്തുണ്ടമ്മ
നനഞ്ഞ കൺകളിൽ ശരറാന്തൽ കത്തി-
ച്ചുറക്കമില്ലാതെയിരിപ്പുണ്ടമ്മ !

പെരുത്ത ലോകത്തിൻ ചുമടുതാങ്ങിയും
പരുത്ത സത്യത്തിനിരുട്ടു താണ്ടിയും
തണുത്ത രാവിലും വിയർത്തുകൊണ്ടെത്തും
കിടാവിനെ,പാവം കിടാവിനെക്കാത്തി -
ങ്ങിരുളിപ്പോഴുമിരിക്കയാണമ്മ
ഇരുളിലിപ്പോഴുമിരിക്കയാണമ്മ.

●

(മാതൃഭൂമി, ജൂലായ് 1997)

സഹനയാത്രയിൽ

വരികെടോ ! വന്നി -
ക്കസേരയിലൽപ്പ
മിരുന്നു തെല്ലിട
നട്ടു നിവർത്തുക
തളർച്ച മാറ്റുക !
ഇവിടെ ജീവിതം
തളർന്നുപോയെന്നു
നിനച്ചിടൊല്ല നീ

നിനക്കു വയ്യെന്നു
പറയുമെങ്കിലും
നനയ്ക്കലും
കുത്തിയലക്കലും
പിന്നെ -
യടുക്കളപ്പണി
മുഴുവനും സ്വയം
മടിച്ചിടാതെ നീ
തനിച്ചു ചെയ്യുന്നു
വിഷാദ ചിന്തകൾ
കുറുക്കി വറ്റിച്ച
കഷായ കാലങ്ങൾ
കുടിച്ചു തീർക്കുന്നു.

ഇതു ശരൽക്കാലം !
കുതിച്ച പാഞ്ഞതാം
നദികളിൽ ജല
നിരപ്പ് താഴുന്നു
പഴയ വീടിതി-
ന്നകത്തളങ്ങളെ -
ത്തഴുകും കാറ്റിനും
കിതപ്പുകൂടുന്നു

കൊഴിഞ്ഞു വീഴുമീ -
യിലകൾ കണ്ടെല്ലാം
കഴിഞ്ഞു പോയെന്നും
കരുതിടായ്ക നീ
വിരുന്നിനെത്തിടു -
മൊരുദിനം മുന്നിൽ
വിമോഹനമായ
ഹരിത ചാരുത !

പദവിയെന്തിന്,
പളുങ്കുകൊട്ടാര-
പ്പുതുമയും സ്വത്തും
പെരുമയും പൊന്നും
പണവുമെന്തിനാ;
ണൊരു കുമ്പിൾ സ്നേഹ
മധുരവും
മനസ്സുഖവുമിന്നില്ലേ !

മുതിർന്ന മക്കളു;
ണ്ടവർക്കുമുണ്ടല്ലോ
അതി മിടുക്കരാം
കുസൃതികൾ,
നമ്മൾക്കിതുതന്നെ
പുണ്യപ്പുനീത പാഥേയം !

കരളിലുണ്ടല്ലോ
മണിസ്വനിതങ്ങൾ
കിടാങ്ങൾ,
സൗവർണകിനാവുകൾ,
ലോകം കഴൽക്കീഴിലാക്കി
ക്കടന്നു പോകേണ്ടോർ

വിദൂര ദേശങ്ങൾ
പറന്നു കാണട്ടെ
വിരൽത്തുമ്പിൽ
ജ്ഞാന നിഗൂഢ പേടകം
വിടർത്തി നോക്കിയു
മറിഞ്ഞും വിജ്ഞാന -
ക്കൊടുമുടിയെല്ലാമവർ കയറട്ടെ!

നിനക്ക് ഞാനുണ്ടേ -
യെനിക്കു നീയുമു-
ണ്ടനാഥരല്ല നാം
അതു മതി സഖീ
മതിവരാത്തൊരി-
സ്സഹനയാത്രയിൽ !.
●

(മാധ്യമം ആഴ്ച്ചപ്പതിപ്പ്, 9 മാർച്ച് 2015)

ദണ്ഡകാരണ്യം

കർക്കിടപ്പെരുമഴ -
ക്കാവ്യാമൃതം, കവിവര
ദാനമാ,യിളം കുളിർ
ധാരയായ് തരളമായ്
മൃദുഹൃദയങ്ങളിൽ
പെയ്തിറങ്ങുമ്പോൾ
കഥയിലെക്കദനവും
കാതുകൾക്കിമ്പമായ്
പുളകമാ,യാത്മാവിൽ
ലഹരിയാകുമ്പോൾ
ചാരുവാം ശാലീന
ശാരികപ്പൈതൽ
ചാരെവന്നെൻപോട്ടു
ചിറകനക്കുമ്പോൾ
മനസിന്റെ മരതക -
പ്പാടങ്ങളിൽ,നറു -
വാക്കിന്റെ പൊൻകതിർ
നടനമാടുന്നു !
ദളിതന്റെയസ്ത്രങ്ങൾ
ശസ്ത്രങ്ങൾ പതിച്ച
ദണ്ഡകനരചന്റെ
ദർപ്പം ദഹിച്ച
ദണ്ഡകാരണ്യങ്ങൾ
പൂത്തുനിൽക്കുന്നു

ദണ്ഡങ്ങളൊക്കെ -
യകന്നുപോകുന്നു
ഹരിതസ്വപ്നങ്ങൾ
തളിരണിയുന്നു
ദുരിതപർവങ്ങൾ
മാഞ്ഞുപോകുന്നു
എങ്കിലും കേൾക്ക നീ
വല്ലഭേ !ജീവിത
നിമ്നഗയൊഴുകുന്നു
നിമ്നോന്നതങ്ങളിൽ
പുളഞ്ഞും വളഞ്ഞും
കുതറിത്തെറിച്ചും
തടതല്ലിത്തളർന്നും
കിതച്ചും കുതിച്ചും !
അരുതരുത് കരയരുത്
കണ്ണീരണിഞ്ഞു
കളയുവാനുള്ളത -
ല്ലവനിയിൽ വാഴ്വ് !
കല്ലുണ്ട് മുള്ളുണ്ട്
കഠിനമാം നോവുമു -
ണ്ടെല്ലാമറിഞ്ഞിങ്ങു
വന്ന മൽപ്രാണനാം
ജനകജേ ! നമ്മൾ
നടന്നുതീർക്കേണ്ടതാ-
യിനിയുമുണ്ടെത്രയോ
ദുഃഖകാണ്ഡങ്ങൾ !
●

(ഭാഷാപോഷിണി, ജൂലൈ 2016)

ഹരിതം

ഒരു പാതിരാത്രി
മഴ പെയ്തു തോർന്നതേയുള്ളൂ
ഇനിയും നടക്കാനുണ്ടെത്രയോ ദൂരം
വീട്ടിലെത്തുവാൻ
-മഴ പെയ്തു തോർന്നതേയുള്ളൂ !

അങ്ങിങ്ങു വെള്ളം കെട്ടി
നിന്ന പാതയിൽ
നാട്ടുവെളിച്ചം പരുങ്ങുന്നു
ഭീതിയാലിടംവലം നോക്കാതെ
പിൻതുടരുന്ന
ഭീകരനിഴലിനു പിടിനൽകാതെ
ധൃതിയിൽ
നടക്കുകയായിരുന്നു ഞാൻ
ഇതെന്തൊരു

കൗതുകം: നിലം തീരേ-
തൊടുന്നീലെന്റെ പാദങ്ങൾ !
കയ്യുകൾ പതുക്കനെ
വായുവിൽ തുഴയുമ്പോ--
ളുയരുന്നു ഞാൻ
ഉയർന്നുയർന്നാകാശവിതാനത്തി--
ലൊഴുകുന്നു ഞാൻ
(ചിറകുക....യെനി-
ക്കുള്ളതാണല്ലോ...)

ഓളങ്ങളുണരാത്ത
നിശ്ചല തടാകത്തിൽ
കുതിച്ചുപായും ചെറുതോണിപോൽ
ചിറകുക-
ളനക്കാത്തുയരത്തിൽ
പറക്കും പരുന്തുപോൽ
വായുവിലൊഴുകുകയായിരുന്നു ഞാൻ;
താഴെ-
ബ്ഭൂതലം പിന്നോട്ടേയ്ക്കു
പാഞ്ഞുപോകുന്നു
ചെറുവീടുകൾ,തരു
നിരകൾ, നികുഞ്ജങ്ങൾ
പാഞ്ഞുപോകുന്നു !
എന്നോലപ്പുര
മുന്നിലെത്തുകയായി
മണൽമുറ്റം
തെളിഞ്ഞു തെളിഞ്ഞു വരികയായ് !

മുറ്റത്തെ ഹെലിപ്പാഡിൽ
ലാൻഡുചെയ്യുവാനൊരുങ്ങി ഞാൻ
എത്ര ഞാൻ ശ്രമിച്ചിട്ടും
താഴെയിറങ്ങാൻ
കഴിയുന്നേയില്ല
എൻ ചിറകുകൾ
പൂട്ടുവാൻ കഴിയുന്നേയില്ല !
പുരപ്പുറം
തൊട്ടുരുമ്മിയും
തെന്നിത്തെന്നിമാറിയും
വട്ടം ചുറ്റിയും
പരവശനാകുമെൻ മിഴികളിൽ
ചക്കരമാവിൻ പൂങ്കുലകൾ
ഇളകുന്ന കൊമ്പുകൾ !

ഊഞ്ഞാൽക്കൊമ്പിൽപിടിച്ചു
ഊഞ്ഞാൽക്കയർപിടിച്ചു
അങ്ങേക്കൊമ്പിൽ..

ഇങ്ങേക്കൊമ്പിൽ...
ചാഞ്ചക്കം...ചാഞ്ചക്കം
അങ്ങെക്കൊമ്പിൽ...
ഇങ്ങേക്കൊമ്പിൽ...
പെട്ടെന്നെന്റെ കൈകളിലൊരു
തണുത്ത സ്പർശം !
എന്തോ പിടഞ്ഞു
-പാമ്പുകൾ
അമ്മേ പാമ്പുകൾ
ഊഞ്ഞാൽക്കയറാകവേ
പുളയുന്ന പാമ്പുകൾ !
വഴവഴക്കുമുള്ളംകൈകൾ
മരവിച്ചുപോയ്, വിറങ്ങലിക്ക-
മിരുളിൻകയങ്ങളിൽ
ഞാനും, മെൻകരച്ചിലും
താണുതാണുപോകുമ്പോൾ
അത്യുദാരമാമൊരു
വരദാനമായ് വീണ്ടു-
മെന്നുടെ ജനൽ !
നിശാഗന്ധികൾ തലനീട്ടും
ജീവരാഗങ്ങൾ തളിരിടും
ജനലിൻ സ്വർണ്ണക്കമ്പിനിറയെ
വിടരും പുലരിക്കതിർക്കുല !
കതിർമണികൾ കൊത്തും
പച്ചക്കിളികൾ !
ഇളം മഞ്ഞിൻ
തിരശ്ശീലകൾ മാറ്റി-
യെന്നിലേയ്ക്കൊഴുകുന്നു
ഹരിതം; എല്ലാം പിന്നെ
'മധുരം സൗമ്യം ദീപ്തം'

●

(മാതൃഭൂമി ആഴ്ച്ചപ്പതിപ്പ്, 1989)

ബ്ലാക്ക് ഹോൾ

തിളക്കും സൂര്യനെ-
യെടുത്തു കർക്കിടകം
തമോഹ്രദത്തിലാഴുന്നു.
കാലം
കനത്തു പെയ്യുന്ന
കലുഷരാത്രിയായ് !
        ബോധമണ്ഡലം
        തണുത്തു തൂങ്ങുന്നു
മിഥുനസ്വപ്നങ്ങൾ
ശിഥിലമാകുന്നു
        മകം പിറന്ന മങ്കയുടെ
        മാംഗല്യച്ചരടുപൊട്ടുന്നു
        സിംഹം പിളർന്ന വായിലേ-
        യ്ക്കവൾ പതിക്കുന്നു
        പൂരം പിറന്ന പൗരുഷ-
        മൊടിഞ്ഞു ചായുന്നു
കതിർ വിളക്കുമായങ്ങു
വിടർന്ന പൂങ്കന്നി
കരാളഹസ്തത്തിൽ
പിടഞ്ഞു ചാകുന്നു
വൃശ്ചികം
വിഷമുനകളിൽക്കോർത്തു
ചുഴറ്റി
പതഞ്ഞൊഴുകുന്ന

പാൽപ്പുഴയുടെ നാഭി-
ച്ചുഴിയിലേയ്ക്കെന്നെ
വലിച്ചെറിയുന്നു
കുതിക്കും കാലങ്ങൾ
മരിച്ചു വീഴുന്നു
താരക-
ളനന്തകോടികളെരിഞ്ഞു തീരുന്നു
വെളിച്ചത്തിൻ നിറം
കറുത്തുപോകുന്നു
പരമാർത്ഥമിരുട്ടു തന്നെ-
യെന്നൊരുണർവ്വിന്നാഘാത-
മുനയിലെന്നുടെ
തലപിളരുമ്പോൾ
പ്രപഞ്ചകോടികൾ
വിറങ്ങലിച്ചതാ-
മിരുണ്ടഗഹ്വരം കടന്നെത്തി
മഹാ പ്രളയ കല്പങ്ങൾ
അപാരമൗനത്തിൻ
ഗഭീരത
താളലയത്തിന്നഗാധത !
പിന്നെയും
പ്രണവ മന്ത്രങ്ങൾ
മന്ദ്രമധുരമാ-
യനാദിഗന്ധമായെന്നെ മൂടുന്നു
എന്റെയകങ്ങളിൽ
പൂക്കും
ഹരിത കാനനം
ഹരിത കാനനം

●

(ജൂൺ 1990)

പരവശൻ

ഇരുകവിളിലും
നിറയെ മഞ്ചാടി
മണികൾ വാരി ഞാൻ
നിറച്ചുവച്ചിതോ!
അറിഞ്ഞതേയില്ല!
തുകൽ സഞ്ചി തോളി-
ലെടുത്തു യാത്ര ഞാൻ
പുറപ്പെട്ടുമ്പോഴ -
മിതുവിധമൊട്ടും
നിനച്ചതേയില്ല.
കവിളിലെന്തിനു
കരുതിവച്ചു ഞാൻ
വെറുതെ മഞ്ചാടി
മണികളിങ്ങനെ

ഇതെന്തൊരു കഥ
-എനിക്കെന്തേ പറ്റി!
അധരമാകവേ
നിണം- ഇതെങ്ങനെ?
കൊഴിഞ്ഞു വീഴുന്നു
രുധിര മഞ്ചാടി
മണികളായെന്റെ-
യരുമപ്പല്ലുകൾ!
ചുവന്ന പല്ലുകൾ

കറുത്ത പല്ലുക-
ളടർന്നു വീഴുന്നു
ഉതിർന്നു തീരുന്നു
ഇതോ ഗതി! എന്റെ
വിധി! നിരന്തരം
തുടർന്നു പോകുന്ന
ദുരന്ത നാടകം
ഇനി വെളുക്കനെ
ചിരിപ്പതെങ്ങനെ
വടിവിൽ വാക്കുകൾ
പറവതെങ്ങനെ!
ചവച്ചു തിന്നേണ്ടേ
രുചിയറിയേണ്ടേ
കവിളൊട്ടാത്തൊരു
മുഖമതു വേണ്ടേ!

പെരുത്ത സങ്കട-
മൊതുക്കി; മുന്നിലായ്
വെളുത്ത പൂഴിയിൽ
കുതിർന്നതാമെന്റെ
കുരുന്നു ദന്തങ്ങൾ
പെറുക്കി, മെല്ലവേ
മിനുക്കി, സൂക്ഷ്മമാ-
യടുക്കി; പിന്നെയെൻ
കിളുന്തു മോണയി-
ലമർത്തി വെയ്ക്കുന്നേൻ
അമർത്തി വെയ്ക്കുന്നേൻ

ഉറച്ചു നില്ക്കാതെ-
യവ നിരാലംബ-
മിളകി വീഴുന്നു
തുരുതുരെ വീണ്ടും
വഴുതി വീഴുന്നു.
വ്യഥാവിലെന്നുടെ

പ്രയത്നമൊക്കെ;
ഞാൻ തളർന്നിരുന്നുപോ-
യതി ദയനീയൻ
അതി പരവശൻ

●

(12 ഡിസംബർ 1989)

പൊന്മുടി

കുട്ടിക്കാലത്ത് എന്റെ മനസ്സിലൊരു പൊന്മുടിയുണ്ടായിരുന്നു. അത് എന്റെ അദ്ഭുതവും ആഹ്ലാദവുമായിരുന്നു. പക്ഷേ, കാലം ആ പൊന്മുടിക്ക് തെളിമയേകിയിരുന്ന ചുവന്ന ചെക്കിമാലകൾ ദൂരെ മാറ്റിക്കളയുകയും അവിടെ ഇനാമൽ പെയിന്റ് തേച്ച വിളറിയ മഞ്ഞ നിറത്തിൽ സർപ്പകുഞ്ഞുങ്ങളെ വരച്ച വയ്ക്കുകയും ചെയ്തു. എനിക്കെന്റെ പൊന്മുടി നഷ്ടമായി. പിന്നീട് ഒരു ചിരാന്വേഷണത്തിന്റെ പാതയിൽ, ഈ അരയാൽ മരച്ചുവട്ടിൽ, മറ്റൊരു ശിരസ്സിൽ എന്റെ പണ്ടത്തെ പൊന്മുടി വീണ്ടും തെളിയുന്നു - എന്റെ നിത്യാഹ്ലാദമായ പൊന്മുടി! പൂർണ്ണത തേടുന്ന ഏത് മനുഷ്യ സമൂഹത്തിന്റെയും മുന്നിൽ ഒരു പൊന്മുടിയുണ്ട്

ഒടുവിൽ ഞാനിവിടെയിക്കൽത്തറയിൽ
ഇടറും പദങ്ങളുമായി വന്നു
ഗുരോ ! എന്റെ മനസ്സിൽ നിൻ പ്രണവമന്ത്രം
ഗുരോ ! എന്റെ നിറങ്ങളിൽ നിൻ രാഗം.
സ്വന്തം കുടിലിന്റെ ചെറുമുറ്റത്തു
സ്വത്വം വെടിഞ്ഞൊരു പന്തൽകെട്ടി
പുതുപാത്ര ഗന്ധത്തിൽ തീർത്ഥമാടി
അതിൽ വേവിച്ചെടുത്തതാമന്നമുണ്ടു
വ്രതം നോറ്റു -കന്മഷചിന്തമാറ്റി
അകമാകെതിരുനാമപ്പൂവിരിച്ചു
ഉത്സാഹക്കുളിരിളനീർ കുടിച്ചു
ഉത്സവമാടുവാനായി വന്നേൻ.

ഗുരോ, എന്റെ ശബ്ദശക്തി പ്രപഞ്ചനാഥാ,
ഗുരോ, എന്റെ വചനത്തിൽ നിറഞ്ഞൊരുളേ !
പെരും കൊല്ലനുണർന്നുടവാളിളക്കി
പെരുംപന്തപ്രഭ നാലുപാടും ചിന്നി

മദം മോന്തുമിരുളിന്റെ തട പൊളിച്ച
മനസ്സിന്റെയഴിയാത്ത കെട്ടറുത്തു
പൊന്നോലക്കുടയുടെ തിരുവരവ്
പൊന്മലർ മുറ്റത്ത് തിരുവരങ്ങു
പൊന്നുടയോരുടെ തിരുവരങ്ങ്
പൊന്നറ വാതിൽക്കൽ തിരുവരങ്ങ്.

ഗുരോ ! എന്റെ ശക്തി നിന്റെ നടനലീല !
ഗുരോ ! എന്റെ ചലനത്തിൽ നിറഞ്ഞരുളൂ !

നിന്നോലപ്പുരയുടെ മണിമുറ്റത്ത്
എന്റെ മനസ്സിന്റെ കളിമുറ്റത്ത്
നിൻപാദ ധൂളികളണിയുമെന്റെ -
വാനരഭാവങ്ങളഴിഞ്ഞു വീണു.

ഇമ പൂട്ടി മനസ്സിന്റെ ഖനി തുറന്നു
അക്ഷരരത്നങ്ങൾ തന്നവനേ
സ്വയം കത്തിത്തീരുമൊരു മെഴുതിരിയായ്
ജീവന്റെ വെളിച്ചങ്ങൾ തന്നവനേ
നിൻ മൃദു വിരൽപ്പൂവിൽ നിറഞ്ഞു നിൽക്കും
ഇന്ദ്രധനുസ്സിന്റെ തുവലുകൾ
എൻ ഹൃദയത്തിലെഴുതുകയായ്
ഒരു മായാ മയിൽപ്പീലി വർണ്ണചിത്രം
അന്തിക്കതിർമണി മാല ചൂടി
അരയാലില മന്ത്രം ചൊല്ലീടുമ്പോൾ
പൊരുളറിയാത്തൊരീയിളം മനസ്സിൽ
കനലെരിയുന്നൊരു നിൻ ശിരസ്സിൽ
തെളിയുമിപ്പൊൻമുടിയെടുത്തു മാറ്റി
തിളങ്ങുമിത്തിരുവസ്ത്രമഴിച്ചുമാറ്റി
ഒളിമിന്നും ചെമ്മുകിൽ പട്ടുടുത്ത്
അരമണിയും കാൽച്ചിലമ്പും ചാർത്തി
ഇനിയെന്റെ പടവാൾ ജപിച്ചു തരൂ
എനിക്കെന്റെയുടവാൾ തിരിച്ചു തരൂ :

●

(ദേശാഭിമാനി ഓണം വിശേഷാൽ പ്രതി, 1982)

സപ്റ്റംബർ

നിറന്ന പൂക്കളേ
നിറ വെളിച്ചത്തിന്റെ
കുരുന്നു മക്കളേ
നറുമണമായെൻ ചെറുഗ്രാമത്തിന്റെ
ഹൃദയത്തിൽ നിങ്ങൾ
നിറഞ്ഞു നില്ക്കുന്നു!
നിങ്ങ-
ളിരുണ്ട നൂറ്റാണ്ടിൻ
പരുത്തപാറകളുടച്ചവ-
രാദ്യത്തെപ്പുലരിച്ചെങ്കതിരുകൾ
കൊത്തിപ്പറന്നു വന്നവർ,
ഞങ്ങളിൽ
ചിറകടിച്ചുണർന്നവർ!
മറവിതൻ കരിയിലകളാകാതെ
ഇന്നുമിവിടെ-
യൊരമ്മതൻ മുറിവുണങ്ങാത്ത
മനസ്സിന്റെ പൂമടിയിൽ
വിതുമ്പുമോർമ്മയായ് നിങ്ങൾ
പിടഞ്ഞു വീഴുന്നു!

എന്റെ സ്മൃതിയിലിപ്പൊഴും
കുനുകുനുങ്ങനെ മഴ ചാറു-
മൊരു നനഞ്ഞ സപ്റ്റംബർ

പുലർകാലം
അകലെയാകാശ-
പ്പടവിൽ നിന്നെങ്ങാനൊഴുകി-
യെൻ കാതിൽ പതുക്കെയെത്തുന്നു
മുഴങ്ങുന്ന
ബാൻഡുവാദ്യ തരംഗങ്ങൾ
ബ്യൂഗിൾ വിളിയുടെ താര-
സ്വരലഹരികൾ
പടയണിയുടെ
സമര ഗാഥകൾ!

ശൈശവക്കിനാവിന്റെ
സുവർണ്ണ മേഘങ്ങൾ വകഞ്ഞുമാറ്റി, ഞാ-
നുണരുന്നു, മുറ്റ-
ത്തിറങ്ങിയോടുന്നു.
ഇടയ്ക്കിടെത്തെന്നിയഴിഞ്ഞുപോം
ചെറു ട്രൗസർ ധൃതിയിൽ കൈകൊണ്ട്
പിടിച്ചും, വാരിയുടുത്തു-
മെന്നിലെക്കൗതുക-
മിടവഴികളും
കാട്ടുതൊടികളും ചാടിക്കട-
ന്നിറങ്ങിയോടുന്നു.

നെന്മണികൾ
പൊന്മണിക്കിനാവുകൾ ചിതറിയ
വയൽ വരമ്പിലൂടെത്തി-
ക്കിതച്ചു നില്ക്കുമ്പോൾ
വളഞ്ഞൊഴുകുന്ന
ഗ്രാമനിരത്തിലൂടവർ
വരുന്നു!
ചുകന്ന തോരണ വിതാനങ്ങൾ
ഉന്നത കമാനങ്ങൾ
അവയ്ക്ക് കീഴിലായ്
അവർ
ഒരായിരം ചുകപ്പു യോദ്ധാക്കൾ
ഒരേ ക്രമത്തിൽ നീങ്ങുന്നു!

മുന്നിലായ് ബാൻഡു മുഴക്കുവോർ
ബ്യൂഗിൾ വിളിക്കുവോർ
അവർക്കു പിന്നിലായ്
ഒരു പുഷ്പചക്ര-
മെടുത്തു രണ്ടുപേർ!

ഒടുവിലെത്തുന്നു പൂക്കളുതിരുമൊരു
ചതുരാകാശക്കുടക്കീഴിൽ
ധീരരാമവർ നിരന്നു നില്ക്കുന്നു
നിറഞ്ഞുനിന്നിട്ടു-
മവർക്കു മധ്യത്തി-
ലൊരു ചുകന്ന കല്ലറ!
ചെമ്പനീർ ദളങ്ങൾമൂടിയോ-
രതിൻ ചുവടിൽനി-
ന്നുയർന്നൊരായിരം കരങ്ങൾ
ഇങ്കിലാബ് വിളികളാകാശ-
പഥങ്ങളിൽ പൂത്തു!

ചുകന്ന സപ്റ്റംബർ
പിന്നെയുമനേകമെൻ ഗ്രാമ-
വഴികളിൽ പൂത്തു; എന്റെ
അറിവിൻ ചില്ലകൾ തളിർത്തു; ഞാ-
നറിഞ്ഞു നാടിന്റെ ചരിതങ്ങൾ
സ്വാതന്ത്ര്യ-
സമരത്തിന്നഗ്നി പ്രളയകാലങ്ങൾ
പ്രതിഷേധത്തിന്റെ
പ്രചണ്ഡവാതമായ്
പറന്നെത്തിപോലന്നൊരു
തുടുത്ത സപ്റ്റംബർ!
സിരകളിലെന്നും ചുകന്ന സൂര്യന്മാ-
രെരിഞ്ഞു നില്ക്കുമ്പോൾ
കടലിരമ്പുന്ന കരളുമായ്
എന്റെ കടപ്പുറ; ത്തടർക്കളത്തിൽ
ധീര സഖാക്കൾ
ഇങ്കിലാബ് വിളിച്ചു
മൂവർണ്ണക്കൊടിയുമായ്

നിവർന്നു നിന്നതും
വെടിയുണ്ട വിരിമാറിൽ തറ-
ഞ്ഞവർ പതിച്ചതും
അറിവിന്റെ രക്തസ്മൃതികളായെന്നിൽ
തെളിഞ്ഞു നില്ക്കുമ്പോൾ
അറിയുന്നേനിന്നും
പിറന്ന നാടിന്റെ
വിമോചനമേറെയകലെയാണല്ലോ!

ഇരുമ്പുചങ്ങലയറുത്തു
ഇരുണ്ട കല്ലറകൾ
തടവറകൾ തകർത്തു
ധീര സഖാക്കളേ നിങ്ങൾ വരിക
എന്റെ മൊഴികളിൽ വന്നു
നിറയുക, സ്വപ്നങ്ങൾ തരിക
ജ്വലിച്ചുണരുക, വീണ്ടു-
മിപ്പട്ടുകുഴിയിലെ
കറുത്തമക്കളിൽ

●

(ദേശാഭിമാനി വാരിക, 26 ഡിസംബർ 1989)

ചെങ്കല്ലിന്റെ സംഗീതം

വാശത്തഭൂമി:

പാഴ്ച്ചെടിപോലും കിളർക്കാത്ത
വാശത്തഭൂമി! ചുട്ട-
ബാഷ്പം വമിക്കും
വരണ്ട മാർത്തട്ടിൽ വീ-
ണെന്റെ കതിർമണി
-ഒറ്റക്കതിർമണി
പാഴിലായ്!
പൊള്ളുന്ന
പാതയ്ക്കരികി-
ലിരുണ്ട
ശിലാഖണ്ഡമായ്
വീണുമയങ്ങി-
യെൻ ഭാണ്ഡവും ഞാനും

ഗ്രാമം:

തീമലമെല്ലേ-
യണഞ്ഞു, ജ്വാലകൾ
വാടി,ക്കൊഴിഞ്ഞു
കൊഴിഞ്ഞു വീഴുന്നു
കരിയില; കരിയിലയായ് ഞാ-
നടിഞ്ഞു കിടന്നു
പ്രാണ -

മർമ്മരം പോലുമില്ലാത്ത
ദിനങ്ങളുതിർന്നു പോയ്!
പിന്നെ,
ചോണനുറുമ്പരിക്കുന്നു
ഉറുമ്പരിക്കുന്നൂ ശിരസ്സിൽ
ശിരസ്സിന്റെ
മൺചുമർ പൊട്ടി-
പ്പൊളിഞ്ഞു വീഴുന്നു!
ചുകന്ന
മൺകട്ടകൾക്കുള്ളിൽ
കറുത്തു കറുത്തൊരു
വിള്ളൽ!
മണൽ വാരി
വാരി നിറച്ചേൻ
വീണ്ടും വളരുന്ന ഗർത്തം
ഗർത്തത്തിലെന്റെ
തകർന്ന തല
പുളയും കാളസർപ്പങ്ങൾ
ചീറ്റും ഫണങ്ങൾ
പിളർന്ന നാവിൽ
നീല രക്തമായിറ്റു-
വീണു പിടയുമെൻ കാൽ വിരൽ!
കൈകൾ കുഴഞ്ഞും
കാൽ കുഴഞ്ഞും
കുഴഞ്ഞുപോമെൻ നാവി-
ലാർത്തമാം നാദ-
മിരുളിലേയ്ക്കാണ്ടാണ്ടു പൊകേ
എന്റെ കൈപിടിച്ചാരെ കയറ്റി,
മണൽക്കാടിന്നിപ്പുറത്തേയ്ക്കു നയിച്ചു?
എന്തൊരു കൌതുകം
-സായാഹ്ന
സൌവർണ്ണമാകെയണി-
ഞ്ഞണിമാറിലീറൻ മുടി
ചിക്കിവിരുത്തിയുണക്കുന്നൂ
കന്യകയാമൊരു ഗ്രാമം!

ഭിക്ഷു:

മുന്നിൽ
നീണ്ടു പോകുന്നു ചരൾപ്പാത
ചാരത്ത്
പാതയോരത്ത്
സ്വപ്നില മദ്ധ്യാഹ്ന ചാരുതപോ-
ലൊരു ചെറു കിണർ
മന്ദമായ്
മന്ദമായ്
പാള കിണറ്റിലേയ്ക്കിട്ടു
തന്നോമൽക്കയ്യാൽ
കയറുവലിച്ചു വലിച്ചെടുക്കുന്നു
ചാമർ
നായകൻ തന്റെ കിടാത്തി!
-എന്റെ കൈക്കുമ്പിളും
നീട്ടി ഞാൻ നിന്നു

പരിചിതർ

വീണ്ടും
പരിചയമില്ലാത്ത
പാത!
പാതയും ഞാനും
പഥികരായ്, ആകെത്തളർ-
ന്നേകതാളമാ, യെങ്കില്യ-
മൊന്നും പരസ്പരം
മിണ്ടാതെ
മിണ്ടാതെ പോകേ,
പാറയ്ക്കിടയിലെ
പുൽക്കുടിൽ മുറ്റത്തൊരാഗ്രഹം പോലെ-
യനുഗ്രഹം പോലെ
വിടർന്നു നില്പ്പാണൊരു
പൂവ്!
പൂവിന്റെ
ശുഭ്രതയെന്റെ മാറാപ്പിൻ
പഴന്തുടി തൊട്ടുകൊ-
ണ്ടിങ്ങനെ മെല്ലെ മൊഴിഞ്ഞു:

"പണ്ടേ പരിചിതരല്ലയോ നമ്മൾ!"

സംഗീതം:

എറെ മെലിഞ്ഞു
വിളറിയ ബാല്യമൊന്നെൻ മുന്നിൽ
വിസ്മിത വിസ്താര നേത്രനായ് വ-
ന്നാകെ ദ്രവിച്ചതാം
വാതിൽ തുറന്നു
കാണാത്തഴതിൻ വിരുത്
പറഞ്ഞു തന്നു,
കാട്ടു-
ചമ്പകം പൂത്തുനില്ക്കുന്ന
തൊടിയിലൂടേതോ
വിഷാദഗന്ധം പോലലിഞ്ഞു!
അന്തിവെളിച്ചം മെഴുകിയ
കോലായിൽ
വെൺ ചുമർ ചാരിയിരുന്നു
വെറുതേ, വെറുമൊരു
കൌതുകത്തിനായ്
ഭാണ്ഡമഴിച്ചു തുറ, ന്നെന്റെ
കൊച്ചു സമ്പാദ്യങ്ങളെ
നിരത്തി വെച്ചേൻ:
കക്കകൾ,
മുഗ്ദ്ധസ്മിതം ചുണ്ടിലെന്നും കരുതും
കവടികൾ, കോമാളി-
ത്തൊപ്പിവെച്ചിപ്പോഴും
കൊഞ്ഞനം കുത്തുന്ന
ചിപ്പികൾ, പെറ്റുപെരുകാതെ
നിത്യം കിനാവു കാണുന്ന
മയില്പീലിതന്നല്ലികൾ
വർണ്ണ-
രേണുക്കൾ പൊഴിയുന്ന
പൊൻ ചിറകുകൾ, വള-
പ്പൊട്ടുകൾ, ചായ-
ക്കട്ടകൾ, ഇന്നും പൂർണ്ണ-

മാകാതെ നിറംകെട്ടു പോയ
ശൈശവത്തിന്റെ
ചിത്രവും
-വെറുതെ,
വെറുമൊരു കൗതുകത്തിനായ്
മുന്നിൽ നിരത്തി വെച്ചേൻ!
പിന്നെ, പതുക്കെ പഴഞ്ചുടി മുറുക്കി
പഴമ്പാട്ടിൻ
പദങ്ങൾ മൂളിക്കൊണ്ടേയിരിക്കേ,
സാന്ധ്യ-
മേഘങ്ങൾ രാഗാർദ്ര-
ചിത്തരായ് താണ്ഡവ-
ന്നെന്റെ പൊളിഞ്ഞ
മതിലിൻ മുകളിലെ-
ക്കുന്നിൻ നെറുകയി-
ലുമ്മവച്ചിങ്ങനെ പാടി:
"അകാശവർണ്ണങ്ങൾ തേടും പഥികാ,
താഴെ
നിൻ സ്പർശനം കാത്തുകഴിയുമി-
ചെങ്കല്ലിലുണ്ടു സംഗീതം
ദിവ്യമാം വർണ്ണ സംഗീതം."

●

(ദേശാഭിമാനി വാരിക, 19 ഒക്ടോബർ 1980)

അഗ്നി നക്ഷത്രം

ആരിത്?
ഹോ, മൈ ഡിയർ!
ഫിസിക്സ് എം.എസ്.സീക്കാരനായ നിങ്ങളും
മൂന്നും നാലുമാറെന്നു കൂട്ടാൻ
ഗുമസ്തന്റെ പേനയ്ക്കായ്
ക്യൂവിൽ നില്ക്കയോ?
അയ്യോ,
നിങ്ങളെന്തു മാറിപ്പോയ്!
പണ്ടത്തെയ-
ക്കുഞ്ഞിന്റെ ചിരി
ഏതു പൊള്ളുന്ന നിമേഷവും
കുളിരും മൊഴി
-എങ്ങു നഷ്ടമായ്!
പിന്നെ,
നിത്യമദ്ധ്യാഹ്നം നിന്നു ജ്വലിച്ച
മിഴിയിലീ ദീനത
ഇന്നീ ദീനതയുടെ ക്യൂവിൽ-
പ്പോലുമെത്രയോ പിന്നിൽ!
നമുക്കും പിന്നിൽ
കയ്യിലൊന്നുമില്ലാത്തോർ, ശബ്ദ-
മില്ലാത്തോർ, എൻ നാടിന്റെ
സിരയിലാളിക്കത്തുമഗ്നിയാകേണ്ടോർ
വെയിലിൽ
വാടിയ ദളങ്ങളായ്-

ക്കൊഴിഞ്ഞും, ജരാനര-
പൂണ്ട യൌവനമായിട്ടിഴഞ്ഞും
തളരുകയാണനന്തമായ്!
ദൂര
മോഹബിന്ദുവായ്
മുന്നിൽ തുറക്കപ്പെടാത്തൊരീ
വാതിലിൻ ഞരക്കവു-
മുള്ളിലെക്കടലാസ്സു ചങ്ങലപ്പൂട്ടും
സ്വപ്നം കണ്ടുനില്ക്കുമ്പോൾ
ഇനി,
എന്നുമീ സൂചിത്തുള
കടക്കാൻ കഴിയില്ലെന്നറിയാം
എന്നിട്ടുമെൻ സുഹൃത്തേ,
ചിറകുള്ള നമുക്കില്ലെന്നോ വേറെ
മാനം!
(ഇച്ചുള്ളിക്കുടി-
ന്നുള്ളിലെത്തുകില്ലൊരു
സുപ്രഭാതവും)
മുകിൽ ചിന്നം വിളിക്കെ
ഇരുൾ പൂക്കും കുന്നി-
ലാർദ്രമായേറെ
തിളങ്ങും മിഴി, രക്ത-
നിറമായൊരു മിഴി, അഗ്നി-
നക്ഷത്രം വിളിക്കയായ്!

●

(ദേശാഭിമാനി ഓണം വിശേഷാൽ പ്രതി, 1983)

മഹേശ്വരാ...!

പകിടയെറിയുന്നു ശകുനി
കൊട്ടാരത്തിണ്ണയിൽ
പാണ്ഡവന്മാരുറങ്ങുന്നു
പഞ്ചാരക്കൂടങ്ങളിൽ
        പഞ്ചനദികളിലൊഴുകുന്നു
        പാഞ്ചാലിയുടെ കണ്ണുനീർ
കാണാപ്പുറങ്ങൾ കാണുന്ന
കണ്ണുന്നു തിമിരം, കോല-
ക്കുഴൽ പാടുന്ന പാട്ടുകേ-
ട്ടിഴഞ്ഞെത്തുന്നു കാളിയൻ.
        പണിയുന്നു പാലകന്മാർ
        പാപം കൊണ്ടൊരു മന്ദിരം
        പ്രേതങ്ങൾക്കു പാർക്കുവാൻ
മോഹഭംഗക്കഥപാട്ടും
സരയൂനദിതാണ്ടുവാൻ
ശവം കൊണ്ടൊരു ബന്ധനം
        രാമനാമം പിളർക്കുന്നു
        വെൺ പിറാവിന്റെ നെഞ്ചകം
മൈഥിലിക്കു രസിക്കുവാൻ
ശരം പൂക്കുന്നൊരാൽമരം
കളിക്കാനഗ്നിയും തോക്കു-
മണുബൊംബും ത്രിശൂലവും

ശ്രീബുദ്ധൻ ചിരിക്കുന്നു
ബ്രഹ്മാവ് ചിരിക്കുന്നു
മഹാവിഷ്ണു ചിരിക്കുന്നു
ചിരിക്കാൻ
നിനക്കാകുമോ
മഹേശ്വരാ!
കനൽക്കണ്ണു
പൂട്ടുവാൻ നിന-
ക്കാകുമൊ മഹേശ്വരാ!

●

(ദേശാഭിമാനി വാരിക, 28 ജൂലൈ 1998)

ചാമുണ്ഡി

വില്ക്കാൻ
വിറ്റുതുലയ്ക്കാൻ
ഇനി-
യുള്ളിലെ വിഷമേയുള്ളൂ
അതിനാലാണേ വിഷമം
നാടി-
ന്നുടയോനിപ്പോൾ !

കടലിന്നക്കരെ
കഴുകൻ കാലിൽ
വിദുഷികളെത്തി
വിദ്വാനെത്തി
വിത്തുകളെത്തി
വിളയിക്കാതെ
വിരുതന്റെ വിത്തുകൾ
വിത്തം വിളയും
ഖനിയായി.

കനികൾ കൊടുത്തു
കായ്കൾ കൊടുത്തു
ഇലകൾ
പൂക്കൾ
തടി
തായ്‌വേരു കൊടുത്തു
മാമരമാകെപ്പോയി !

ഇവിടെ-
ക്കടലിൻ കരളിന്നുപ്പും
കവറിന്നുള്ളിൽ
കൈയിൽക്കിട്ടാ-
ക്കനിയായി !
-നമ്മൾക്കിനിയിതു
വേണ്ടേ!
വിഷമയമല്ലാ-
ത്താകാശം
അലയാഴിക-
ളാറുക, ഉരുവികൾ വേണ്ടേ !

തണ്ണീർ-
ക്കിണറുകൾ വേണ്ടേ
ചുണ്ടു നനയ്ക്കാൻ
തെളിനീർ-
ത്തുള്ളികൾ വേണ്ടേ

കാട്ടുകൾ വേണ്ടേ
നാട്ടുകൾ വേണ്ടേ
നാട്ടാർ വേണ്ടേ

മക്കൾ വേണ്ടേ
മക്കൾക്കും പൊൻ
മക്കൾ വേണ്ടേ!

കണ്ണൻ ചിരട്ടയി-
ലപ്പം ചുട്ടും
പോക്കുടുക്കയിൽ
കഞ്ഞിയൊരിത്തിരിവച്ചും
മന്താളത്തിൽ
പൂക്കുലകൊണ്ടൊരു
കറിവച്ചും
ഉപ്പില കുത്തിവിളമ്പി
പ്ലാവിലകോട്ടി
കഞ്ഞി കുടിക്കാൻ

നമ്മുടെ
മക്കൾക്കൊരുപിടി
മണ്ണും വേണ്ടേ?
.....പൊലികാ
പൊലികാ
മക്കൾ പൊലികാ
നാടു പൊലികാ ഭഗവതിയേ!
നഗരം പൊലികാ ഭഗവതിയേ!

തോറ്റം പാട്ടിനു താളമിടും മ്യദു
മദ്ദളമുണരുന്നു
ചെണ്ടകളുണരുന്നു
കൊമ്പുകൾ കുഴലുകൾ
ഝിം ഝിലു നാദം - രണ
ഭേരിമുഴങ്ങുന്നു
ഇട്ടി-ചൊട്ട
കട്ടുത്തില-മുസലം
ഉടലു പിളർക്കും
ശൂലം -കത്തി
കുടലു പിളർക്കും
നാന്തക വാൾ
-വേതാളത്തിൻ
ചുമലിൽ കയറി
വരുമോ ചാമുണ്ഡി !
കണ്ണിൽ
കനലു തെളിച്ച്
കളങ്ങളിറങ്ങി
ചെങ്കല്ലിൻ
നടകളിറങ്ങി
താഴ-
ത്തിച്ചുടുമണ്ണിൽ
തീ-
ക്കനലാട്ടത്തിനു
ഇനിയൊന്നിങ്ങു വരുമോ ചാമുണ്ഡി

●

(ദേശാഭിമാനി വാരിക, 23 മെയ് 2004)

വസുന്ധര

അകം വേവും മീന-
ച്ചുട്ടുവെയിലത്ത്
കുളിർ പെയ്യും കരി-
മുകിലുകൾ വന്നു
മയക്കത്തിൽ ഞെട്ടി-
ത്തളിർത്തു മാമരം
തളിരുണ്ണാൻ പുത്തൻ
കുരുവികൾ വന്നു
അവ പാടും പാട്ടിൻ
മധുരിമ നുണ-
ഞ്ഞകം നിറഞ്ഞാകെ
ലഹരികൾ പൂത്തു
തൊടികളിലെങ്ങും
കനകമാലക-
ളടിമുടി ചൂടി
കണിക്കൊന്ന നിന്നു
വിത മറക്കാത്ത
വിഷുവപ്പക്ഷിക്ക്
വിഷുക്കണി വീണ്ടു-
മൊരുക്കി വെയ്ക്കുമ്പോൾ
മറന്നേ പോയമ്മ
- വസുന്ധര, കൊട്ടും
വറുതികൾ, തീരാ-
ദുരന്തദുഃഖങ്ങൾ

●

(3 മാർച്ച് 1995)

വിദ്യാരംഭം

'കവീ, ഇതെന്തൊരു
കഥ! മറന്നുവോ
കവിത;' - നിന്നുടെ
കുറിമാനം വീണ്ടും
'കിളികൾ, നിന്റെ പൈ-
ങ്കിളികളെങ്ങുപോയ്
ലഹരിമേഘങ്ങൾ,
കിനാക്കളെങ്ങുപോയ്?'
പതിവു ചോദ്യങ്ങൾ,
പരിഭവം, നിന്റെ
മൊഴിയി;ലിപ്പോഴു-
മെനിക്കു കൌതുകം !
മറന്നതേയല്ല
കവിത ഞാൻ സഖേ
മറവിയെത്തുമോ
കഥ കഴിഞ്ഞാലും!

വസന്തമെത്താത്ത
മരുപ്പറമ്പായി
പുതുമപെയ്തൊര-
പ്പഴയ പൂവനം
പുഴ വഴിമാറി-
യൊഴുകിപ്പോയെങ്ങോ
കിളികൾ പണ്ടേന്നോ

പറന്നു പോ; യവ
കളിച്ചും പൂമധു
നുണഞ്ഞും പാടിയും
രസിച്ചിരുന്ന പൂ-
മരങ്ങളിന്നില്ല
തരുവിനില്ലിനി-
യൊരു തളിർമോഹം
കിനാവുകൾക്കില്ലാ-
യിനിയൊരു ജന്മം
ഇവിടെ സന്ധ്യകൾ-
ക്കപൂർവതയില്ല
ഇവിടെ വിണ്ടലം
കറുത്തു പോയ്,നീറും
വഴികളിൽ വീണു
കരിഞ്ഞു പോയ് കൊട്ടും
വിഷപ്പുകയേറ്റു
കുരുന്നു പൊൻ മക്കൾ
പകലുകളെല്ലാ-
മിവിടെ രാത്രികൾ
വെളുത്ത പക്ഷവു-
മൊരോർമ്മത മാത്രം

അറിവുക,ളേറെ-
യറിവുകൾ, എന്നു-
മതിരില്ലാ നോവിൻ
സമുദ്ര; മെന്നാലും
മറുമൊഴിയിതു
കുറിച്ചയയ്ക്കാനു-
മതോർത്തിരിക്കാനും
കുതുകമേറുമ്പോൾ
പതുക്കനെത്തേച്ചു
മിനുക്കുന്നേൻ ക്ലാവു-
പിടിച്ചു പോയോരെൻ
സുവർണ്ണ നാരായം

●

(14 ഒക്ടോബർ 1994)

കണ്ടുവോ നീ

എങ്ങുനിന്നെങ്ങുനി-
ന്നെത്തി നീ കാറ്റേ
എങ്ങോട്ടുപോകുന്നു
കുഞ്ഞിളം കാറ്റേ !
കണ്ടുവോ നീ വരും
വഴിയിലെങ്ങാനുമെൻ
കണ്ടാൽ മതിവരാ-
പൈങ്കിളിപ്പെണ്ണിനെ !
പഞ്ചവർണ്ണാഞ്ചിത-
പ്പൂഞ്ചിറകുള്ളവൾ
നെഞ്ചിൽ കനിവിന്റെ
തേൻകനിയുള്ളവൾ
ഏഴല്ലെഴുന്നൂറഴകും
തികഞ്ഞവൾ
ഏഴുലകത്തിലും
കേളികേട്ടുള്ളവൾ
ഏഴുസ്വരങ്ങൾകൊ-
ണ്ടനവദ്യമാമൊരു
അനുരാഗ ദീപ്തമാം
സ്വർഗ്ഗം രചിപ്പവൾ
കാണാമറയ-
ത്തിരിപ്പവൾ- അവളെ നീ
കണ്ടുവോ കാറ്റേ,
കരുണാർദ്രയാം
മാർകഴിക്കാറ്റേ !

●

(24 ഡിസംബർ 1969)

കൃഷ്ണതുളസി

പുലർവെളിച്ചം പിഞ്ചു
ചിറകിട്ടടിക്കുന്ന
ചില്ലു ജനാലതുറന്നു
പൂമണിക്കാറ്റവ-
ന്നെന്നുടെ നെറ്റിമേൽ
മെല്ലൊന്നു
തൊട്ടുനോക്കുന്നു
"പനികുറവു, ണ്ടിനി-
സ്സാരമില്ലാ"- മന്ദ്ര
മധുരം മൊഴിയുന്നിതാരോ !

മയക്കം മതിവരാ-
ക്കൺകളിൽ പുതുമഴ
മധുമഴ പെയ്തിറങ്ങുന്നു
നനയുന്നു തലയിണ
നനവാർന്നു കുതിരുന്നി-
താകെ വിരിപ്പു, മീ ഞാനും
"ചോരുന്നട്ടുക്കള,
കോലായ, നടുവകം
പുരവീണുപൊകുമോ മോനേ!
ഇതു പ്രളയകാലമാ"-
ണമ്മയുടെ സങ്കടം
പെയ്യുന്നു; മഴ വിതുമ്പുന്നു
വിതുമ്പിക്കരയുമൊരു

കുഞ്ഞിന്റെ മിഴിയിലേ-
യ്ക്കലിവിന്റെ മഴ
പൊഴിയുന്നു
ഇറവെള്ളമൊഴുകുന്ന
മുറ്റത്ത് കടലാസ്സു
തോണിയിറക്കുന്നിതമ്മ !
തൊടികളും പാടവും
തോടും പുഴകളും
നിറഞ്ഞു കവിഞ്ഞൊഴുകുന്നു

അക്കരെപ്പോകാനു-
മിക്കരെപ്പോരാനും
കടവിലും കടലാസ്സുതോണി!
തോണി തുഴഞ്ഞിങ്ങു
വരുവതാരെൻ പ്രിയ
സഖിയു, മെൻ മക്കളുമല്ലോ !
കരയിലെത്തും കടവു-
തോണിയും കാത്തു ഞാൻ
കല്പടവൊന്നിലായ് നില്ക്കേ
ഇടിയുന്നു പടവുക-
ളടിതെറ്റി, നിലതെറ്റി
നിലയ, റ്റൊഴുക്കിൽ ഞാൻ വീണു

ഇരുളിലേയ്ക്കിരുളിലേ-
യ്ക്കാഴുന്നു താഴുന്നു
നിരാമയം നിശ്ചല നീലം
ആഴങ്ങളാഴങ്ങ-
ളലയുറങ്ങും മൃദു-
തല്പത്തിൽ വിരിയുന്നു പത്മം.

കടവില്ല പുഴയില്ല
തോടില്ല, പാടവും
തൊടികളും മുറ്റവുമില്ല
തരളം, സ്വരരാഗ-
താളം, സരോവര-
മുണരു, ന്നുണരുന്നു സാരംഗം

ഗഗനം മറന്നൊരു
പറവയുടെ ജീവന്റെ
തന്ത്രി പാടുന്ന ഭൂപാളം
തെളിവാർന്നൊഴുകുന്ന
വിൺവെളിച്ചം കൃഷ്ണ
തുളസിക്കതിര് നീട്ടുന്നു
●

(29-ആഗസ്റ്റ്-1999 ദേശാഭിമാനി വാരിക)

കുരുവിക്കുഞ്ഞിന്

വെളിച്ചത്തിന്റെ
ആദ്യത്തെക്കതിർക്കുലയും കൊത്തി,
എന്റെ മുറ്റത്തെപ്പേരമരക്കൊമ്പിൽ,
എനിക്കെന്നും സുപ്രഭാതം കൊണ്ടു വരുന്ന
കുരുവിക്കുഞ്ഞേ,
എനിക്കു പോകാൻ നേരമായി!
എന്റെ വാടക വീട്ടിന്റെ താക്കോൽ
എനിക്കു നഷ്ടപ്പെട്ടു !
ചുട്ടുപഴുത്ത പാറകളുടെ
നിശ്വാസ തീക്ഷ്ണതയും,
മുരളുന്ന മുളങ്കാടിന്റെ രൗദ്രതയും ഗൗനിക്കാതെ,
എന്റെ ഹൃദയത്തിന്റെ രാഗവീചികൾക്കായി
കാതോർത്തു പാടിയ
-എനിക്കുവേണ്ടിപ്പാടിയ,
നിന്റെ വീണക്കമ്പികൾ നിശ്ചലമാക്കാൻ
കാരിരുമ്പിന്റെ തുരുമ്പിച്ച കവാടം
നമുക്കിടയിൽ ബന്ധിക്കപ്പെട്ടു!
എങ്കിലും,
എന്റെ ജീവന്റെ ഒടുക്കത്തെ ഇഴയും
പൊട്ടിപ്പോകുന്ന നിമിഷത്തിൽ
ഞാൻ നിന്നെ വിളിക്കും,
"എന്റെ കുരുവിക്കുഞ്ഞേ!"
കുഞ്ഞേ, നീ വിളികേൾക്കുമോ?

വിഹായസ്സിന്റെ യുവത്വം
വിയർപ്പിൽക്കുതിർന്നു
സ്വർണ്ണം കണ്ടെത്തുന്ന
ഒരു മദ്ധ്യാഹ്നത്തിൽ
അരയാൽമരത്തിന്റെ ചില്ലകൾ പോലും
ആയിരം കൈകൾ കൊട്ടി
ആർത്തുല്ലസിക്കെ,
പരാജയത്തിന്റെ സൂചിമുനയിൽ
പിടഞ്ഞുവീണപ്പോഴും,
വിജയപീഠത്തിൽ
സ്വയം ഉയർത്തപ്പെട്ടപ്പോഴും,
ഒരു പിഞ്ചായി
വിതുമ്പിയ നൈർമ്മല്യമേ,
നീ,
എന്നിലെ-
ശാശ്വതമായ വിതുമ്പലാണ് !
പണ്ട്
ഒരു കറുത്ത നിമിഷത്തിൽ,
ക്രൂരനായ കഴുകന്റെ മുമ്പിൽ
പേടിച്ചരണ്ടു നീ,
ഉറക്കെക്കരഞ്ഞതു ഞാൻ കേട്ടു !
എന്നിട്ടും,
നിന്റെ കുഞ്ഞിച്ചിറകുകൾക്കു
പറക്കാൻ കഴിഞ്ഞു !
കുഞ്ഞേ,
ഈ സങ്കേതം കഴുകന്മാരുടേതാണ്
കറുത്ത കൊക്കുകളിൽ
മരണത്തിന്റെ മണമുള്ള കഴുകന്മാർ !
പാവം.... !
നിന്റെ കുഞ്ഞുമിഴികൾ
വെണ്മമാത്രം കാണുന്നു
ഇരുട്ടിന്റെ പൊന്തകളിൽ
ഒടുങ്ങാത്ത ദാഹത്തിന്റെ
തീക്കണ്ണുകൾ
ഇങ്ങനെ

ക്രൂരമൂകമായി ജ്വലിക്കുമ്പോൾ,
എന്റെ മിഴികൾക്ക് ഉറക്കമേയില്ല !

നിന്റെ ചിറകുകൾ
തളരുന്നതായി
കഴലുകൾ കുഴയുന്നതായിത്തോന്നുമ്പോൾ
കാറ്റിന്റെ കാണാക്കുളിർനെഞ്ചിൽ
മുഖമമർത്തിക്കൊണ്ടൊന്നു തേങ്ങു
ഞാൻ വരും !
നിന്റെ തളർന്നുപോംചുണ്ടിൽ
ദാഹനീർ പകരാൻ,
എന്റെ വായു വിമാനവുമായി ഞാൻ വരും !

●

(ദേശാഭിമാനി വാരിക 1972)

ഊഷ്മളം

ആരോ
വാതിൽ തുറന്നു
വാതിലിലിലൂടൊരു
കുളിരുന്ന പ്രഭാതം !
കുളിരിൽ
തളിരുണരുന്നു
തളിരധരത്തിന്നൂഷ്മളത !
ഊഷ്മള
ഗാനം കേട്ടൊരു
പൂവിടരുന്നു
പൂങ്കുല
-നിറയെപ്പൂങ്കുല
നിന്മെയ് പൂമെയ് പൂത്തുലയുന്നു
കരിമേഘത്തിന്റെ
വിരൽത്തുമ്പെരിയുന്നു !
എരി
തീപ്പൊരി
എൻ മെയ് നിൻ മെയ്
പൂമെയ് കത്തിയെരിഞ്ഞു
-നീയെവിടെ ?
എന്മിഴിയുടെ വാതിൽപഴുതി-
ലിളംചൂടുള്ള പ്രഭാതം

●

(24-ഡിസംബർ 1975)

ജനനം

മനസ്സിന്റെ
ശിഖരങ്ങൾ പൂക്കുന്നു
പരിരംഭണം കൊതിക്കുന്നു
പരാഗരേണുക്കൾ

നിതാന്തമൊരു
മറവിയിലമരുന്നു
ചുട്ടുനിമിഷങ്ങൾ

ചിന്തയിലൊരു
ലഹരി പടരുന്നു

താള തരംഗം
സന്ധികളിൽ

ബന്ധന
മധുരമൊരു
വേദനയുണരുന്നു
-ഒരു
കവിത ജനിക്കുന്നു

●

(10-ഒക്ടോബർ 1975)

സസ്നേഹം

മംഗളം നേരുവാൻ
വിടചൊല്ലുവാൻ
വന്നു തിക്കിത്തിരക്കും കിടാങ്ങളേ,
തരുണ ബാല്യങ്ങളേ
കുറുമൊഴിത്തിരകളേ
ആർദ്രതീരങ്ങളേ
വിവശരായ് ദൂരെ മാറിനില്ക്കും
സന്ധ്യാംബരത്തിലെ
സ്വർണ്ണമേഘങ്ങളേ
യാത്രയാവുന്നു ഞാൻ

വാതിലിൻ മറവിൽ
മടിച്ചുനിൽക്കാതെ
ശാന്തരായ്
മെല്ലെയകത്തേക്ക് പോരൂ!
വാക്കിന്റെ മധുരം നുണഞ്ഞു
നുണഞ്ഞിത്തിരിനേരമിരിക്കാം
മംഗളം പാടി -
പ്പിരിഞ്ഞുപോകാം.

എന്തിനീ ഭവ്യത !
ഇല്ല
എനിക്കില്ലില്ല
തെല്ലും പരിഭവം

പരാതിയും
സങ്കടപ്പെരുമഴപ്പെയ്ത്തിന്റെ
ഘോഷാനിർഘോഷവും
ഇല്ല
പരാജിതബോധവും ഭീതിയും

ഇവിടെ -
യിളംകാറ്റിലുമിളകുമൊരു
ചെറുകിളിക്കൂട്
കൂടിന്
കള്ളികളില്ലത്തോരുള്ളം
ഉള്ളിന്റെയുള്ളിൽ
ഒരു തുള്ളി സ്നേഹവും
കനിവും കിനാക്കളും
സുലളിതം
സുമധുരമീ ജീവിതം

ഈ ജന്മമേ സത്യം,മിഥ്യ -
യെന്നതും സത്യം
ഇപ്പുണ്യ ജന്മത്തി-
ലിതു ധന്യനിമിഷമെന്നല്ലോ
നിനപ്പു ഞാൻ

ഇനിയുമീ -
യക്ഷരക്കടലിന്റെ തീരത്ത്
വറ്റാത്ത കുളിർക്കാറ്റുവീശും
ഇനിയും കടലമ്മ
കഥകൾ പറയും
ഹൃദയങ്ങൾ മണിനാദമോർത്തിരിക്കും
ഇനിയും
പ്രാർത്ഥനാമുഖരിത -
മീമണിമുറ്റത്ത്
പലപല നിറമുള്ള
പൂക്കളുണ്ടാകും
പൂവിന്റെ കരളിൽ
പുതുപുതു മോഹമുണ്ടാകും

തരുക്കളും
തളിരുമുണ്ടാവും
തരുവിന്റെ ശാഖയിൽ
തളിരുണ്ടുപാടുന്ന
കിളികളുമുണ്ടാകും
രാത്രി
ദൂരതാരമുണ്ടാകും
താരാപഥങ്ങളിൽ
കൽക്കണ്ടപ്പൊടികളായ്
പൂമക്കളേ, നിങ്ങളുണ്ടാകും
അനുഗ്രഹം ചൊരിയുന്ന
സപ്തർഷിമാരുണ്ടാകും.
നിലാവും
നിലാവിന്റെ പുഴയൊഴുകുന്നതാം
വെണ്മണൽമാറിന്റെ
സ്വാന്തനം നുകരുന്ന
ഞാനുമുണ്ടാകും.
-ഈ ഭൂമിയും
വാനവും നക്ഷത്രജാലവും,
ജീവന്റെ തങ്കത്തരികളിൽ
തത്തും തരംഗമായ്
നമ്മളുമെന്നുമുണ്ടാകും.
എൻ പ്രിയമക്കളെ
വിട -
യെന്ന പദത്തിനു
പിന്നെയെന്തർത്ഥം !

നന്ദി...നിങ്ങൾക്ക് നന്ദി
സൗമ്യവും മധുരമാകുമീ
സൗഹൃദം
സസ്നേഹമാത്മാവി-
ലേറ്റുവാങ്ങുന്ന ഞാൻ.

●

(ദേശാഭിമാനി വരിക 10 ജൂലായ് 2005)

ഭാഗം രണ്ട്

കംസൻ അമ്പാടിയിൽ

ചന്ദനമില്ല
ചന്ദനക്കാം പാറയിൽ
        മുല്ലയില്ല
        മുല്ലക്കൊടിയിൽ
കടവില്ല
പറശ്ശിനിക്കടവിൽ
        ധർമ്മക്കഞ്ഞിയില്ല
        ധർമ്മശാലയിൽ
അത്താണിയില്ല
അത്താണിക്കവലയിൽ
        കൂടക്കടവിൽ
        കുടയില്ല
        കടത്തുതോണിയുമില്ല
        വാ പിളർന്നു നിൽപുണ്ട്
        തുരുമ്പിച്ച
        വമ്പനിരുമ്പു പാലം
കരിമ്പത്ത്
കരിമ്പില്ല
        ചക്കരയില്ല
        ചക്കരക്കല്ലിൽ
വെള്ളമില്ല
വെള്ളച്ചാലിൽ
        വയലില്ല
        പുതുവയലിൽ

കതിരില്ല
കതിരൂരിൽ
ക്കുത്തില്ല
ക്കുത്തുപറമ്പിൽ
മർക്കട വിളയാട്ടം
മാങ്ങാട്ട് പറമ്പിൽ
കുഴികൾ ക്കൂടിവരുന്നു
കരിങ്കൽക്കുഴിയിൽ
കുമിഞ്ഞു നിറയുന്നു
പൊടി
പൊടിക്കുണ്ടിൽ
വെളിച്ചമേയില്ല
വലിയവെളിച്ചത്ത്

പാവനക്കടവിൽ
പുളയ്ക്കുന്നു
പൂഴിത്തോണി
മദിക്കുന്നു
മദോന്മത്തം
മാഫിയകൾ

പരുവത്തിലാകുന്നേയില്ല
പാറപ്പുറത്തെ
പാറമനസ്സ്
പെയ്തു തുടങ്ങുന്നുവോ
പൊയ്ത്ത്
പിന്നെയും
പൊയ്ത്തും കണ്ടത്തിൽ
ആനവാതുക്കൽ
നിലയ്ക്കുന്നില്ല
ആരവങ്ങൾ
ചിന്നം വിളികൾ
അലറുന്നു
കാളി
കാളിക്കടവിൽ
അമ്പാടിമുക്കിൽ

വന്നു നിൽക്കുന്നു
കംസൻ
ഡയനാമിറ്റ്
മുഴങ്ങുന്നു
ഡയമണ്ട് മൂക്കിൽ
ഉരുളുന്ന
തലയുടെ എണ്ണം
അബാക്കസ്സിലൊതുങ്ങുന്നില്ല
ഉക്കാസ്മൊട്ടയിൽ
ചോരക്കുളത്ത്
പലതുണ്ട്
ചോരക്കളങ്ങൾ
ചുടലയിൽ
കത്തിയമരുന്നു
ചേതനയറ്റ
യുവശരീരങ്ങൾ
എങ്ങും
മുടി കരിയുന്ന ഗന്ധം
എരിതീയ്യിൽ
എല്ലുകൾ നുറുങ്ങുന്ന
കട കട സ്വരങ്ങൾ
തോരുന്നതേയില്ല
ഉത്തരയുടെ
കണ്ണുനീർ
ഒടുങ്ങുന്നില്ല
ഗാന്ധാരിയുടെ
വിലാപം
ഗൂഢസ്മിതം
പൊഴിക്കുന്നു
സകലവുമറിയുന്ന
ശകുനിമാർ
കശ്മലപ്പരിഷകൾ.

●

ഇനി ഏതു ജന്മത്തിൽ

ജീവകോടികളൊഴുകും
പ്രളയരാശിയിൽ നിന്നൊരു
കർക്കടകം
താരസ്വരങ്ങളുറഞ്ഞതാം
നിന്റെ
മൗനതീരങ്ങളിൽ
കുടിപാർത്തിരുന്നു
അണുക്കൾ, ഉരുപികൾ
വിഷവാഹകർ,
രിപുക്കൾ പാർത്തിരുന്നു.
മന്ദ-
മവതന്നനക്കങ്ങൾ
കരാളനീക്കങ്ങൾ
നിശ്ശബ്ദചലന വേഗങ്ങൾ
ഇരുണ്ടതാമൂടുവഴികൾ
ചതിക്കുഴികൾ
-നീയെന്നേയറിഞ്ഞിരുന്നു !

അറിഞ്ഞതൊക്കെയു-
മഴലെന്നറിഞ്ഞു
അഴലിന്റെ
നിഴലിനൊരിടപോല്വ-
മിടം കൊടുക്കാതെ
വ്യഥിതമാനസങ്ങളെത്തഴുകിയും
തൊട്ടുണർത്തിയും
കരുതിത്തറകൾ

ദുരിതക്കയങ്ങൾ
കടലിടുക്കുകൾ മറികടന്ന്
ഒളിയമ്പുകൾ വകഞ്ഞുമാറ്റിയും
നിശിതം
ശരവർണങ്ങളുതിർത്തും
നിഷ്കാമ കർമ്മപഥത്തിൽ
ധർമ്മയുദ്ധത്തിലൊറ്റയ്ക്കുനീ !

ചരിതമോഹനം
നിന്റെ മംഗളയാനം !

അനാഥമാ-
യൊരിക്കലുമമ്പൊഴിയാത്ത
നിന്നാവനാഴി!

പൂക്കളും പൂ-
മരങ്ങളും
ജീവലോകങ്ങളും
സൂര്യനും
ചന്ദ്രതാരങ്ങളും കണ്ടുനില്ക്കേ,
വാക്കിൻ
മഹാഗിരിശൃംഗ-
ഗരിമ
-നീ
മാഞ്ഞുപോയ്
-എത്ര ദീപ്തമായിരുന്നു നിൻ
വിടവാങ്ങൽ !

പ്രിയ രൂപമേ
ഇനി
ഏതു ജന്മത്തിൽ
ഏതു താരാപഥത്തിൽ
ഭവൽശ്വാസ
നിശ്വാസ
മൃദുസ്പർശമേറ്റേറ്റു
വിടരുമെൻ
താന്ത ഹൃദയം.

●

(03-10-2007)

'കരുണ'

എരിയുന്ന ചിതയിലും
ചികഞ്ഞു ചികഞ്ഞു നോക്കുന്ന
ക്യാമറക്കണ്ണുകൾ
അധികാരവടിവിന്റെ-
യാചാരവെടികൾ
കപടമാം
പഴയവേഷങ്ങൾ
കുടിലമാം
ചട്ടുലനീക്കങ്ങൾ
(ചാനൽക്കഴുകന്മാ-
രാഘോഷമാക്കട്ടേ
മരണം).

എല്ലാമറിഞ്ഞു
ചിരിച്ചവൻ
കൊട്ടും
വേദനകൾ തിന്നും
കയ്പുനീർ തന്നേ കുടിച്ചും
മധുരമായ് പാടിയോൻ
കനലിൽ നടന്നു
സ്വയമെരിഞ്ഞെന്നും
വെളിച്ചമായ് തീർന്നവൻ
നമുക്കാ-
യുറങ്ങാതിരുന്നവൻ

-ഇനിയുറങ്ങട്ടെ.

വിയർത്തു
തണുത്ത്
വിറയാർന്ന
കൈവിരൽച്ചിറകിനാൽ
മൃദുവായെന്നെയമർത്തി-
യമർത്തിപ്പിടിച്ച
വിതുമ്പും സുഹൃത്തേ,
എന്നുടെ ചുമൽചാരി
നീയിങ്ങനെ നിന്നുകൊള്ളൂ
തോരാത്തതല്ലോ-
യിസ്സങ്കടപ്പെരുമഴ
എത്രപെയ്തുപെയ്താലും !
പ്രിയ-
നിവൻ തന്നതല്ലോ
നമ്മളിലുള്ളതെല്ലാം.
ഇല്ല
വാക്കുകൾ
ഒറ്റ ദിനം കൊണ്ട്
വൃദ്ധരായെന്നോ
നമ്മൾ !

●

(04-10-2007)

കടന്നുപോകുന്ന ഞാൻ

അനന്തത:

എല്ലാം
ഒന്നിൽനിന്നെന്നോ!
- ഞാനുണ്ടായത്
രണ്ടിൽനിന്നല്ലേ!
രണ്ടു നാലിൽനിന്ന്
നാലെട്ടിൽ നിന്ന്

അങ്ങനയങ്ങനെ
പിന്നോട്ടുപിന്നോട്ട് പോയാ ൽ
ആദിയുമനന്തമായങ്ങ്
നീണ്ടു നീണ്ടുപോകുന്നു..

ആദിയുമന്തവുമില്ലാതെ-
യുണ്ടായതാല്ലേ
അനന്തത !

അനന്തതാ തീരത്തുനിന്നു-
മെൻ യാനം.
ഈ യാത്രയും
അങ്ങനന്തതയിലേയ്ക്കു തന്നെ.

സുഷിരം:

മറഞ്ഞുപോയ് പിന്നിൽ
എന്തെന്തു ഭൗമലോകങ്ങൾ
അഭൗമലോകങ്ങൾ

ഇനി
സൂക്ഷ്മലോകങ്ങൾ !

ജീർണ്ണമാം സ്ഥൂല-
ശല്കം വെടിഞ്ഞു
സൂക്ഷ്മത്തിൽ നിന്നും
സൂക്ഷ്മാതി സൂക്ഷ്മത്തിലേയ്ക്കൊരു
സൂക്ഷ്മ സുഷിരം
കടന്നു കടന്നു പോകുന്നു ഞാൻ.

●

(02-02-2000)

കഠിനകാലം

ഏഴിമലക്കനിവറിഞ്ഞ്
ഏഴഴകിൻ നിറമണിഞ്ഞ്
കാടിറങ്ങി,ക്കാവിറങ്ങി
കരുണപൂത്ത കുന്നിറങ്ങി
പൊന്മുകിലേ, വെണ്മുകിലേ
കരിമുകിലേ നീ വരുമ്പോൾ
നീലമയിൽപ്പീലി നീർത്തി
നടനമാടി നീ വരുമ്പോൾ
പ്രണയദൂതിന്നല ഞൊറിഞ്ഞ്
മഴമുകിലേ നീ വരുമ്പോൾ
കഥകഴിയാക്കഥയുറങ്ങും
ഇടനാടൻ വഴിയരികിൽ
ഓർമ്മകളിൽ കുളിരണിഞ്ഞ്
ഉടൽ മറന്ന് നട മറന്ന്
പൂമരത്തിൻ ചോട്ടിൽ നില്ക്കും
പൂമകളേ പൂങ്കരളേ
കിളിമകളേ-എൻ മനസ്സേ,
അറിയുക നീയറിയുകനീ:
-കുടിലതകൾ പടമെടുക്കും
ജടിലകാലമാണിനി
കനവിലും തീക്കനല് പെയ്യും
കഠിനകാലമാണിനി.

●

കറുത്ത പക്ഷം

(എം. എൻ. വിജയന്റെ ഓർമ്മക്ക്, പണ്ടത്തെ ഒരു കവിത)

വഴിവിളക്കുക-
ളണഞ്ഞുപോകുന്നു
പാതകളിരുളുന്നു
മതിമതി
യാത്രയിനി
- എന്നു പിന്നെയുമൊരു
പിൻവിളി !
-ഇനിയേതു താവളം.

കരുണയുടെ തൃപ്പടികൾ
പൊൻപടികൾ കയറി
ശാരദാംബയെ വണങ്ങി
പരമഹംസരുടെ
പാദം മുകർന്നു
സൂര്യഗോളങ്ങളെ
കരളിലാവാഹിച്ച്
നടയിറങ്ങിപ്പോയവരേയു-
മിരുൾ വിഴുങ്ങുന്നു
-ഇനിയേതു തിരിനാളം.

നിത്യം വളർന്നും
രക്തം കിനിഞ്ഞുമൊരു ഹൃദയം
കഴുകന്നു തീറ്റയായ്,

കരിമ്പാറകൾ കാവൽ നിൽക്കും
കടലിടുക്കിൽ
ചങ്ങലക്കെട്ടിൽ !

കനിവൂറും
കരളിന്
തെല്ലമൊടുങ്ങാത്ത പീഡകൾ
വെന്തെരിയും ശിരസ്സിന്
മുൾക്കിരീടം
നോവുതിന്നും
മഹാ മനസ്സിനു
കുരിശുകൾ, ശരശയ്യകൾ
-എന്നുമിതുതന്നെയോ ധർമ്മനീതി !

കറുത്ത ചിന്തകൾ
പെരുപെരുത്ത ചിന്തക-
ളിതുവിധമെന്നും
കരിഞ്ചിറകുമായെത്തി
കറുത്ത കൊക്കിനാ-
ലിത്തലയ്ക്കുള്ളിൽ
കൊത്തിപ്പറിക്കുന്നു
എന്നെയും കൂർത്ത നഖങ്ങളിൽ
കോർത്തു പറക്കുന്നു !
രക്ത-
മിറ്റിറ്റുവീഴും
വഴികളിലെല്ലാ-
മിരുണ്ട ഗഹ്വരം
ഇരുണ്ട ഗഹ്വരം
-ഇതെന്തുകൊണ്ടെന്തുകൊ-
ണ്ടാണെന്റെ പ്രിയ ഗുരോ !

●

(20 ഒക്ടോബർ 1998)

ഒരു മൊഴി കടം തരാൻ

കളിവിളക്കിലെ
വെളിച്ചമണയുവതിന്നു മുൻപ്
ആര് തിരി നീട്ടാൻ.

വാതിൽപ്പഴുത് കാണാ-
തിരുട്ടിലുഴലുമ്പോൾ
ആര് വിളികേൾക്കാൻ.

അംഗങ്ങൾ
ശിഥിലമാകുമ്പോൾ
ആര് വരു-
മിഴചേർക്കാൻ.
നിലയേതുമില്ലാക്കയത്തിൽ

നിലയറ്റുവീഴുമ്പോൾ
ആര് കൈപിടിക്കാൻ
നാക്കിലിടറുന്ന
വാക്ക് വറ്റുമ്പോൾ
ആരൊരു മൊഴി
കടം തരാൻ
ആരുണ്ടൊരുമൊഴികടം തരാൻ !

●

(26-10-1998)

പൊന്മുടി

'ഇമ പൂട്ടി മനസ്സിന്റെ ഖനി തുറന്നു
അക്ഷരരത്നങ്ങൾ തന്നവനേ
സ്വയം കത്തിത്തീരുമൊരു മെഴുതിരിയായ്
ജീവന്റെ വെളിച്ചങ്ങൾ തന്നവനേ
നിൻ മൃദു വിരൽപ്പൂവിൽ നിറഞ്ഞു നില്ക്കും
ഇന്ദ്രധനുസ്സിന്റെ തൂവലുകൾ
മമഹൃത്തിന്നിതളിതിലെഴുതുകയായ്
ഒരു മായാ മയിൽപ്പീലീ വർണ്ണചിത്രം

അന്തിക്കതിർമണി മാല ചൂടി
അരയാലില മന്ത്രം ചൊല്ലിടുമ്പോൾ
പൊരുളറിയാത്തൊരീയിളം മനസ്സിൽ
കനലെരിയുന്നൊരു നിൻ ശിരസ്സിൽ
തെളിയുമിപ്പൊന്മുടിയെടുത്തു മാറ്റി
തിളങ്ങുമിത്തിരുവസ്ത്രമഴിച്ചുമാറ്റി
ഒളിമിന്നും ചെമ്മുകിൽ പട്ടുടുത്ത്
അരമണിയും കാൽച്ചിലമ്പും ചാർത്തി
ഇനിയെന്റെ പടവാൾ ജപിച്ചു തരൂ
എനിക്കെന്റെയുടവാൾ തിരിച്ചു തരൂ:'

●

മനമേ, നിന്നോട് തന്നെ !

മനമേ
പിണങ്ങിയോ നീ
പിന്നെയും.

മുഖം താഴ്ത്തി
മിണ്ടാതെ
പിൻതിരിഞ്ഞിരിക്കയോ !

നയ, മന്ദനയങ്ങൾ
നിഷ്ഫലമാകുന്ന-
തറിയുന്നു ഞാൻ

മനമേ
പിണങ്ങിയോ നീ
പിന്നെയും

നീന്തിക്കടക്കാ-
നേഴെല്ലേഴുനൂറ്
തീക്കടൽ

ജന്മം തൊട്ടേ
വിധിച്ചതി-
ത്തീനടപ്പ്

ഉണ്ടാകയില്ല
മാറ്റം
ജീവിതാന്ത്യം വരെ

യാത്രയിതു
ഹ്രസ്വമാവട്ടേ
സുദീർഘമാവട്ടേ
അതിലർത്ഥം
തിരയുവതി-
ലില്ലൊരർത്ഥവും

ഓർത്താലിതിലൊന്നും
അർത്ഥമില്ലെന്നതും
പരമാർത്ഥം

ഇല്ലല്ലോ
പീഡിതരും
പീഡകരുമില്ലാത്ത ലോകം

എന്നാല്പ-
മുല്ലസിക്കനീ
തെല്ലെങ്കിലുമെൻ
മനമേ !

കനലിൽ
കരിഞ്ഞുപോകാതെ-
യുണ്ടായിരുന്നല്ലോ
കനകപക്ഷങ്ങൾ

അരുണാർദ്രമ-
ച്ചിറകനക്കുക
വിടർത്തുക
ഭൂതലം വിട്ട്
പറന്നുയരാനൊന്ന്
വീണ്ടും ശ്രമിക്ക നീ

വിഹായസ്സിനെ
പുണർന്നിങ്ങു
വീണുപോയാലും
സാരമില്ലെടോ
പ്രിയ മനമേ !

●

പ്രിയ സുഹൃത്തേ!

നട
ഒന്നു പിഴച്ച
നട്ടപ്പലയ്ക്കൊരു
ഉളുക്ക്
ഊരയ്ക്കൊരു
ഊരാക്കുടുക്ക്
തുടക്കാമ്പിലൊരു കൊളുത്ത്
ബ്ലെയിഡ് കൊണ്ടു കീറുമൊരു
നീറ്റൽ
പിണക്കത്തിലാണ്
കൈ, കണങ്കാൽ

നടക്കാൻ വയ്യ
വയ്യ നില്ക്കാനും

ഇരിപ്പ്
ഒരേ കിടപ്പ്.

മർമ്മജ്ഞൻ
മഹാശയന്റെ വിധിഃ
-പതിനാല് ദിവസം
കഠിന തടവ്
പലകക്കട്ടിൽ
പിന്നെപ്പതിനാല് ദിവസം

നല്ല നടപ്പ്

സഹചരാദി
ക്ഷീരബല
പരിണിതകേരീ
ക്ഷീരാദി

ധന്വന്തരം
ധന ദനയനാദി
മഹാ രാസ്നാദി
രാസ്നാ സപ്തകം

അഷ്ടവർഗം
ശിഷ്ടകാലം
ഌല്യ ഌല്യ
ഌല്യമാല്

അനുസരിക്കുന്നു
അപ്പീലിനില്ല
വേണമല്ലോ
ജാഗ്രത
വീണുപോയാലോ
ഇടതുപക്ഷം

വാർത്തകൾ
ഇത്രയും
സുഹൃത്തേ!

●

(04 നവംബർ 2011)

നീയെന്റെ കൂടെ നടക്കെ....

നട്ടുച്ചയാണെനിക്കിഷ്ടം, കൊടും
നട്ടുച്ചയാണെനിക്കിഷ്ടം
നീയെന്റെ കൂടെ നടക്കേ.... രാധേ
നീയെന്റെ കൂടെ നടക്കെ!

വെയിലുമെനിക്ക് തണല്, ചുടു -
കാറ്റുമെനിക്ക് കുളിര്
കാറ്റിങ്ങു വിശാത്ത നേരവും, നറും
മഞ്ഞിങ്ങു പെയ്യുന്ന പോലെ
നീയെന്റെ കൂടെ നടക്കേ.... രാധേ
നീയെന്റെ കൂടെ നടക്കെ!

വിങ്ങുന്നൊരെന്നകക്കാമ്പിൽ, സൗര
വീര്യത കത്തിജ്ജ്വലിക്കെ
വിയർക്കുന്ന നിന്നുടലാകെ,യിന്നു
പൊൻ ചമ്പകത്തിന്റെ ഗന്ധം
അതിലുണ്ട് ദിവ്യൗഷധങ്ങൾ,തീക്ഷ്ണ-
ശര മുറിപ്പാടുകൾ മാഞ്ഞു
വ്യഥിതപർവങ്ങൾ മറഞ്ഞു, രാഗം
മധുരമാണെന്നുമറിഞ്ഞു
ചന്ദ്രനുദിച്ച ശിരസ്സിൽ, ഇന്ദ്ര
ജാലം തളിർത്തു വപുസ്സിൽ
നീയെന്റെ ചാരത്തിരിക്കേ... രാധേ
നീയെന്റെ കൂടെയിരിക്കെ!

കെട്ടടങ്ങാക്കനൽ ചിതറും, നട്ട -
ബ് ഭ്രാന്തുമെനിക്കെന്തൊരിഷ്ടം
നീയെന്റെ കൂടെ നടക്കേ... രാധേ
നീയെന്റെ കൂടെ നടക്കെ!

●

(മാർച്ച് 1973)

സൂര്യഗ്രഹണം

1) കൊടുങ്കാറ്റ്

വസുധൈവ
കുടുംബകം
-സ്നേഹ വചനം
വിളഞ്ഞോരു മണ്ണിതിൽ
തീക്കാറ്റ് വിതയ്ക്കയോ
തീരാ -
ക്കൊടുങ്കാറ്റ് കൊയ്യുവാൻ!

2)പാഠം!

കണ്ണുകൾ പൂട്ടി-
ക്കുറ്റിയിടുക
കാതുകൾ രണ്ടും
പൊത്തിപ്പിടിക്കുക
എഴുത്താണികള -
ങ്ങൊട്ടുത്തു വെയ്ക്കുക
- ഇത്
നല്ലനടപ്പിന്റെ
പ്രഥമ പാഠം!

3)കണ്ണാടി !

ഇനി
വേണ്ട വേണ്ട ചങ്ങാതീ
പണ്ടു പണ്ട്
നീ തന്ന
കണ്ണാടി !
കാണേണ്ടതില്ലെനിയ്ക്കെന്റെ
വികൃതമുഖം !
വെളിച്ചത്തിലേ -
യ്ക്കിറങ്ങി
നടക്കുവതെങ്ങനെ!
തല കുനി -
ച്ചിരിപ്പാണു ഞാ-
നിരുട്ടിലിങ്ങനെ!

4) സൂര്യഗ്രഹണം!

അന്ധ
വിശ്വാസമല്ലിത് :
മങ്ങുന്നു
പ്രഭാ നിലയം
പ്രബോധന മണ്ഡലം
എങ്ങും
തമോഗ്രഹ സാന്നിദ്ധ്യം !
രാഹുകേതുക്കൾ
അപഹരിക്കുന്നു
അര്യമാവിനെ !
ഇവിടം
സംപൂർണ
സൂര്യഗ്രഹണം!

മോചനമെന്നാവും
നിനയ്ക്കിനി
ലോകബാന്ധവാ!

5) വജ്രമോതിരം

രാഹുകേതുക്കൾ
അന്ധവിശ്വാസമല്ലയോ?
- അന്ധവിശ്വാസവും
കാവ്യ -
ഭാവനയ്ക്കുത്തമം!
സങ്കല്പചാരുത
ചേരുമ്പോഴല്ലയോ
കവിതയായ്
മാറുന്നു വാക്ക് !
നാക്കിലൊതുങ്ങാത്ത
പൊരുളറിയിക്കുവാ-
നിതുമൊരു പോംവഴി -
യാണേയെനിക്ക് !
വാക്കിന്റെ
വജ്രമോതിരം തന്ന
കാവ്യപ്രകൃതീശ്വരീ
രാജരാജേശ്വരീ
നമിക്കുന്നു നിന്നെ ഞാൻ!

6) സൗഭാഗ്യം

സൂര്യ ഗ്രഹണവും
സൗഭാഗ്യമായ്!
ഏറെ -
യനുഗ്രഹമായി!

ഇരുളാണി, ണിരുളാണ്
നിത്യ
സത്യമെന്നും
അമൂല്യമായ്, സൂര്യ
തേജസ്സിനോളം
മറ്റൊന്നുമില്ലയെന്നും
അറിവ് പകർന്നു
ഗ്രഹണം!
അമൃതാ, ണമൃതാണ്

സ്വച്ഛന്ദ
വായു ,
വെളിച്ചം
ജീവന്റെ ജീവനെന്നുള്ളോരു
ബോധം പകർന്നു
ഗ്രഹണം

നോവുന്നൊരീ
നേരറിവിനെ -
യതുലമാമൂർജ്ജമായ് മാറ്റി
പുതു
ചക്രവാളങ്ങളെ-
പ്പുൽകാൻ കുതിക്കും
നാടിൻ യുവത്വം
നവ സംക്രമ പാതയിൽ!
ഇത്
ഗ്രഹണ വിമോചന യാത്ര
യാത്രയ്ക്കു മംഗളം!
●

ദുഃഖപർവം - കവിയൂർ ബാലന്!

കരുണ പെയ്യുന്നൊരാ -
ക്കാർ മേഘമെങ്ങു പോയ്
തരുണ മോഹങ്ങൾ തൻ
മാരിവില്ലെങ്ങുപോയ്!
തണൽ വിരിച്ചെന്നും
നിറന്നിങ്ങു നിന്നൊരാ -
പ്പൂമരമെങ്ങു പോയ്
പൂമനമെങ്ങു പോയ്
പൂമാനമെങ്ങു പോയ്!

അരുണ വർണ്ണങ്ങളേ,
എന്റെ പ്രണയമേ
നിനയാതെ
നീ വന്നു
അരുമയാം ചെങ്കനൽ
സ്വപ്നങ്ങൾ തന്നു
പകരമെൻ പാടുന്ന
കരളെടുത്തങ്ങു ഞാൻ
തന്നതല്ലേ
കനിവ് കിനിയുമെൻ
കരൾ പറിച്ചങ്ങു ഞാൻ
തന്നതല്ലേ ;
നിറകതിരായ് നീ
നിറഞ്ഞ കാലം

ചക്രവാളത്തിൽ
വസന്തം വിടർന്ന കാലം!

കരുണ പെയ്യേണ്ടുമ-
ക്കാർ മേഘമെങ്ങു പോയ്
തരുണ മോഹങ്ങൾ തൻ
മാരിവില്ലെങ്ങുപോയ്!

ഒരു തരി വെട്ടം കൊതി,-
ച്ചൊരു തീപ്പൊരി
പണ്ടിങ്ങു ഞാൻ
കൊണ്ടുവന്നതിന്
ചങ്ങലയ്ക്കിട്ടെന്റെ
ഹൃദയത്തെയിങ്ങനെ
കഴുമരക്കീഴിൽ
കഴുകന്നു തീറ്റയായ്
വെച്ചതാര്?
ഇതു തന്നെ നീതി
- പറയുന്നു പറയുന്നു
നീതി
പാലകപ്പരിഷകൾ!

എന്നും തുടരുമീ-
യാസുര
തന്ത്രത്തിൽ നിന്നുമൊരു
പൊറുതി വേണ്ടേ
ധർമ്മച്യുതിയ്ക്കോ -
രറുതി വേണ്ടേ!

കുരുതിത്തറകളെ -
പ്പണിതു വെയ്ക്കുന്നൊരി -
പ്പെരിയോന്റെ
കാലടിയി-
ലമരുന്നതിന്നുമി-
ച്ചെറിയോന്റെയസ്ഥി
ദേഹങ്ങൾ!

വാക്കിനെ
വകവരുത്താൻ
നാവു പിഴുതെടുക്കുന്നതും
ചിതമെന്നു
വിധിയെഴുതുന്നു
പുതു നീതിപീഠങ്ങൾ!

പെരുവിരൽ പോരാതെ
കൈ വെട്ടി വാങ്ങുന്ന
ഗുരുവാണിയുയരുന്ന
പതന കാലം
ഉറ്റവരെന്നു
സ്വയം ഞെളിയുന്നവ-
രൊറ്റുകാരാകുന്ന
കനിവറ്റ
കരാള കാലം!

ഇവരടിയറ വെയ്ക്കുന്നു
നാടിനെ,
മറു ദേശ
വിപണന
വിരുതരുടെ
പാദുകക്കീഴിൽ!

കെടുകാല -
ക്കുടിലതന്ത്രങ്ങൾ തൻ
ചടുല നീക്കങ്ങളിൽ
വിറയാർന്നു നില്ക്കുന്നു
ചെന്താരക ദീപവും!

അനീതക-
ളുരുതെന്നുരിയാടുന്ന
ദൈവക്കോലങ്ങളും
അഴിച്ചുവെക്കുന്നുവോ
തനതു വേഷങ്ങൾ !

ഇത് ദുഃഖ പർവമാ-
ണറിയു;മെന്നാലുമെൻ
സ്മൃതിയൊടുങ്ങും വരെ
മൃതിയുടെ
തണുവറിയും വരെ
ഇളവെയിലേറ്റിങ്ങുണർന്നും
ഇളം കാറ്റിലുലഞ്ഞും
ഈ വഴിയോരത്ത്
ഞാനിരിക്കുന്നേൻ!

പൊരിമണൽ താണ്ടി -
യിതു വഴി പോകുന്ന
വഴിയാത്രക്കാരാ
വരിക വരിക നീ!
നിന്റെയി -
ച്ചെറിയമാറാപ്പിൽ
ചില നിമിഷങ്ങൾ തൻ
പാഥേയമുണ്ടോ, ഒരു
സാന്ത്വന സ്പർശമുണ്ടോ !

എൻ പ്രിയ പ്രണയമേ,
എന്റെ
ക്ഷുഭിത യൗവന
രമ്യ വർണ്ണങ്ങളേ,
തീയാണ് തീയാണ് നീ -
യെന്നറിഞ്ഞു കൊണ്ടല്ലയോ
മെയ്യുറ,ന്നരികിൽ
ഞാൻ വന്നേ
എൻ മക്കൾ ത-
ന്നുയിർ നിനക്കായി ഞാൻ തന്നേ!

ഇല്ല
ഖേദം പരിഭവം
പരാതി
പാഴ് വിചാരങ്ങളും!

പിന്നെയും
വിലങ്ങിനു
കൈ നീട്ടുന്നു
ചങ്ങല തകർക്കാൻ
തുനിഞ്ഞവർ!
തോൽവിക -
ളേറ്റുവാങ്ങുന്നു
തെല്ലും കുനിയാശ്ശിരസ്സുകൾ!
മരക്കുരി -
ശേറുവാൻ
പിറന്നവനുണ്ടോ
പരാജയഭീതികൾ !
പരാജയഭീതികൾ

●

(19-2-2020)

മാറുന്നൂ കാലം!

മാറുന്നൂ കാലം!
മാറുന്നതറിയാതെ
പോകുന്നു നമ്മൾ!
വെട്ടിമാറ്റപ്പെടുന്നൂ
നന്മയുടെ മാമരങ്ങൾ
തിന്മകളുയർത്തപ്പെടുകയായ്!
ഔട്ട് ഓഫ് ഫേഷനായ്
ആർദ്രഭാവങ്ങൾ!
ക്വട്ടേഷന്റെ പണിപ്പുരയിൽ
കൊലപാതക രാഷ്ട്രീയം!
കൊണ്ടാടപ്പെടുകയായ്
ഗുണ്ടായിസം!
ഊടുവഴികളിൽ
മുഖം മൂടിയില്ലാതെ
ഫാഷിസം !
വാഴ്ത്തപ്പെടുന്നു
വൾഗാരിറ്റി.
ധനാഗമന മാർഗ്ഗമായ്
ചാരിറ്റി.
മുച്ചൂടുമലങ്കാരമായ്
മൂല്യച്യുതി!
'ധീർ വീർ
ഗംഭീർ അചൽ '
- സനാതന

മഹിമാവ് പാടും
ഇതിഹാസ ഭൂമി,
ചോറിൽ
ചുടുചോര ചാലിച്ച
ചാരുചരിതം
രചിക്കുന്നു!
ഉടപ്പിറന്നോന്റെ
ഉടലെടുത്ത്
ഈറ്റപ്പുലിക്കൂട്ടിലിട്ട്
ഊറ്റം കൊള്ളുന്നു
ഉയിർ കാക്കേണ്ടവർ
നാട്ടുക്കൂട്ട മുഖ്യന്മാർ !

കൈ കഴുകാതെ -
യുലാത്തുന്നു
പിലാത്തോസ് ,
വരാനുണ്ട്
കരിശേറ്റൽ പരമ്പര!

ധർമ്മസ്ഥലികൾ
നീതിശാസ്ത്രങ്ങളും
അനർത്ഥം മെനയും
അർത്ഥ കാമികളുടെ
ലോഹക്കൊളത്തിൽ!

കയറിയിരിപ്പാണ്
കശ്മല ചിന്തകൾ
കനകാസനത്തിൽ!

വഞ്ചക സഞ്ചയത്തിൻ
വന്യ ഹാസങ്ങളിൽ
കിടുങ്ങുന്നു
കൊടുമുടികൾ,
മഞ്ഞുറഞ്ഞ താഴ്വാരങ്ങൾ!

വെളിയി-
ലൊളി മിന്നിച്ച
സുധീരമാനസങ്ങൾ
അന്തരാളത്തിലമരുന്നു!
ആരാധ്യ സന്നിധിയിൽ
അധോഗമന ഭീരുത്വം

വിക്കും
വിദ്വാന്മാരുടെ
വാക്കിൽ ചവർപ്പ്!
കയ്ക്കുന്നു
കല്ക്കണ്ട വചനം!

കാളമേഘാവൃതം
ശാരദാകാശവും!.
ഇരുൾ പരക്കുന്നു
നട്ടുച്ച നേരവും!
മറയുന്നു
ധൂമില ധൂസരം
ദിക്കുകൾ!

ബലിവേദിയിൽ
ബാലികക്കിനാവുകൾ!
പീഡക ദംഷ്ട്രങ്ങളിൽ
കുരുന്നു നിഷ്കളങ്കത !
നടന്നു കൂടാ
ഇടവഴി,
നടവഴി
കിടാങ്ങൾക്ക് !

പതുങ്ങിയിരിപ്പുണ്ട്...
കുറുനരികൾ..!
ചെന്നായ്ക്കൂട്ടം...!
പിടികൂടാമേതു നേരവും
കടിച്ചുകീറാം

രക്തദാഹികൾ!
കുഴിച്ചുമൂടാം
ഉയിരോടെ !
കേൾക്കയില്ല
കരച്ചിൽ
എത്തുകില്ല
രക്ഷയ്ക്കാ-
യൊരവതാരവും !

പറന്നു പോയ്
ചക്രായുധം
നിസ്സഹായൻ
ചക്രപാണി
നോക്കി നില്ക്കേ!

ക്രൂരമ്പുമായ്
മറഞ്ഞു നില്ക്കും
ജരൻ
ജാഗരൂകൻ!

പകലിരവുകൾ
വകഭേദമില്ലാ-
തോരിയിടുന്നുണ്ട്
ഓരിക്കുറുക്കന്മാർ!
എരണ്ടപ്പക്ഷികളും
വിരണ്ടുപോം മട്ടിൽ
സാരസ പക്ഷി
കൂവിത്തുടങ്ങി!

ഗൃഹം തോറും
സഞ്ചരിക്കുന്നൂ
കാലദൂതന്മാർ!
ആണുങ്ങൾ
ഇരുമ്പുലക്ക പെറുന്ന
ദിനങ്ങളെത്തി!

മുളയ്ക്കുന്നു
വിഷബീജങ്ങൾ ചുറ്റും !
കരത്തിലേന്തുകയായ്
ചേരപ്പല്ലുകൾ,
ചോരമണം തേടും
ചോരകമാർ!

കുലം തകർത്ത്
കുതിച്ചെത്തും
മദിരാർണ്ണവത്തിൽ
മുങ്ങിത്താഴുന്നു
പുരിവാസികൾ !
ദസ്യുക്കളുടെ
കുടിലഹസ്തങ്ങളിൽ
ഞെരിഞ്ഞമരുന്നു
പതിത ജീവിതം!

പതറിപ്പോകിലും
കുതറി മാറി
നദിയിൽച്ചാടി
ജലസമാധി തേടുന്നു
വിധവകൾ,
കുലസ്ത്രീകൾ,
മാതാക്കൾ!
പാപക്കറയടിഞ്ഞ്
ഒഴുകാനാകാമനം നൊന്ത്
വറ്റിപ്പോയ്
സരസ്വതീ നദി!

ഇനിയുമെന്തിന്
ദൃഷ്ടാന്തം,
കലിയുഗമിതു തന്നെ!

മുന്നേറുകയോ
നാട്
നവോത്ഥാന

പുനരുത്ഥാന പാതയിൽ

ഇനിയുണ്ടോ
തെളിയാ-
നെഞ്ഞാനുമൊരു
വഴി വിളക്ക് !
ഉണരുമോ
ഒരു
പുല്ലാങ്കുഴൽ
നാദവിസ്മയം!

●

തല്ക്കാലം!

തല്ക്കാലം
പിന്നെയും
വിട പറയുന്നേൻ!

കാലം
കലികാല ;മെങ്കിലും
കാലമൊന്നങ്ങു
തെളിഞ്ഞുണരട്ടെ
-പ്രളയം കഴിഞ്ഞതാണല്ലോ!
കടുവാക്കിന്റെ
തിരമാല
പാഞ്ഞിങ്ങു വന്നു
പോയതാണല്ലോ!

തുമ്പയും
മറ്റുള്ള പൂക്കളും
മിഴി തുറക്കട്ടെ.
തുമ്പക്കുടങ്ങളെ-
ത്തേടിയെത്തട്ടെ
തുമ്പികൾ !

പല പല വർണ്ണ-
ക്കുപ്പായമിട്ടു
പൂമ്പാറ്റക്കുഞ്ഞുങ്ങൾ

പൂക്കളം തീർക്കവേ
ഓണപ്പാട്ടിനു
താളം പിടിക്കാൻ
പുത്തനുടുക്കുമായ്
വരാമെടോ, പിന്നെ, പ്പൂ -
ങ്കാറ്റിനോടൊത്തു ഞാൻ!

●

(25 ഓഗസ്റ്റ് 2019)

ആ ദിനങ്ങൾ

സ്വർഗങ്ങൾ പൂക്കുന്ന കാലം
സ്വർണ്ണാഭ പെയ്യുന്ന കാലം
യുവഹൃദയത്തിൻ തരളതന്ത്രുക്കളിൽ
രാഗങ്ങളൊഴുകുന്ന കാലം
-പ്രണയാർദ്രമായൊരു കാലം
        മധുരമാമോർമ്മകൾ സുഗന്ധം പൊഴിക്കും
        രാജകലാലയപ്പൂവനത്തിൽ
        പൊൻ കണിക്കൊന്നത്തണലിലിരുന്നു
        ആനന്ദലഹരി നീ പകർന്നു
        -മായ്ക്കുവാൻ കഴിയുമോ
        ആ ദിനങ്ങൾ.
നിൻപാദനിസ്വന സംഗീതമുതിരും
ഗോവണിപ്പടികൾ തുടിച്ചുനിൽക്കേ
എന്മണിസ്വപ്നങ്ങൾ സിന്ദൂരച്ചുണ്ടിനാൽ
ഉമ്മവച്ചുമ്മവച്ചു നീയുണർത്തി
-മറക്കുവാൻ കഴിയുമോ
ആ ദിനങ്ങൾ.

●

നന്മ ചങ്ങാതി !

നന്മ ചങ്ങാതീ
നന്ന് !

റോഡിലും
ചെറുവഴിയിലും
പെരുവഴിയിലും
റെയിൽ വണ്ടിയി; ലെന്നല്ല
വായുയാനത്തിലും
ജലമാർഗ്ഗത്തിലും
സഞ്ചരിക്കില്ലെന്ന
നിന്നുടെ ദൃഢനിശ്ചയം
-നന്മ ചങ്ങാതി !

ഗയിറ്റടച്ച്
വാതിലടച്ച്
വീടിന്നകങ്ങൾ
മതിയിനി വീട്ടുകാരിക്കും
കുഞ്ഞുപെൺമക്കൾക്കും
എന്നുള്ള തീരുമാനം
നന്മ ചങ്ങാതി !

കാണുന്നതെന്തു-
മാർത്തിപൂണ്ടങ്ങ് സ്വന്തമാക്കും
ബാലപീഡകർ

ബലാൽസംഗ വീര
വാനരപ്പട-
യഴിഞ്ഞാടുന്നനാട്ടിൽ
നന്ദന ചങ്ങാതീ
നിന്റെ ജീവിത ശാസ്ത്രം

●

ആവതില്ലേ രക്ഷിക്കാൻ

വൃത്തത്തിലുള്ള കവിതകൾ
പത്രാധിപന്മാർ
പെട്ടെന്നൊരുനാളിലങ്ങ-
സാധുവാക്കി

താളമേളങ്ങൾ
ആടകൾ
ആഭരണങ്ങൾ
അലങ്കാര-
ക്കസർത്തുകൾ
മൊഞ്ചുള്ള വാക്ക്
മോടി, ധാടി
മുന്തിയ സെറ്റപ്പ്
എല്ലാം നിരോധിച്ച വാർത്തകൾ
-അറിഞ്ഞതേയില്ല
ലോലഹൃദയങ്ങൾ
കവികൾ
കാമുകന്മാർ
ഭ്രാന്തന്മാർ !

ഔട്ട് ഓഫ് ഡെയ്റ്റായ്
തട്ടാന്റെ തോത്

അനാഥരായ്

മഞ്ജുഭാഷിണി മഞ്ജരി
മണി മഞ്ജുഷ
അന്നനട, കളകാഞ്ചി

നിലവിളിക്കുന്നുണ്ട്
കാകളി, ഊനകാകളി
ശ്ലഥകാകളി
മാരകാകളി

ആർക്കും വേണ്ടാതായ്
വഞ്ചിപ്പാട്ട്
നതോന്നതാ നടനവും തഥൈവ

ശ്ലോകങ്ങളശ്ലീലമായ്

തതം ജഗംഗം
ജതം ജഗംഗം
-ഇന്ദ്ര ഉപേന്ദ്ര വജ്രകൾ
ഉപജാതിയും
കൃവിൽ നിന്നുനിന്നു തളർന്നു പോയ്

ഉറ്റവരില്ലാതെ
ഗതിയറ്റവർ
മഞ്ജുള
ഗായത്രി

അനുഷ്ടുപ്പി-
നപ്പനോക്കാൻ പോലും
ആളില്ലാതായി

ശ്രദ്ധിക്കാനാരുമേയില്ല
ശ്രദ്ധരയെ
മനം മടുത്ത്

മാനം വെടിഞ്ഞ്

‘തോട്ടിൽക്കൂടി
ത്വരിത തരമത്തോണി’
-മന്ദാക്രാന്താ
മഭനതതഗം
നാലുമാറേഴുമായ് ഗം
-ചട പട
ഢും
മുങ്ങിപ്പോയ്
സന്ദേശം കായലിൽ!

ആവതില്ലേ രക്ഷിക്കാൻ
വൃത്തമൊത്ത കവിതയെ
കനകച്ചുണ്ടിനാൽ
കരളകത്തുമ്മകൾ പെയ്യും
കളവാണി കിളിക്കുഞ്ഞിനെ !

●

ചാരിതാർത്ഥ്യം

അറിഞ്ഞുവോ നിങ്ങൾ
ഞാനിപ്പം കവി

തോന്നുന്നതെന്തുമെഴുതും
തോന്ന്യവാസങ്ങളെഴുതും

എഴുതുന്നതെന്തു-
മെഡിറ്റർക്കയയ്ക്കും
അയയ്ക്കുന്നതെല്ലാ-
മടിച്ചുവരുന്നു:
-സീനി
ബീനി
ഹീനി

കലപില
കലപില-
കല
കുട്ടു കുട്ടു
കുട്ടു കുട്ടു
കുട്ടു

എന്നാലുമെന്റെയീ-
സ്സീനി ബീനി ഹീനി-
ക്കർത്ഥങ്ങളേറെയുണ്ടെന്ന്

ആസ്ഥാന പണ്ഢിതർ !

പോരേ
കവിക്കും

കവിതയ്ക്കുമിതിൽപ്പര-
മെന്തുണ്ട് ചാരിതാർത്ഥ്യം

●

(02 ഏപ്രിൽ 1999)

വിദ്യ

പാപം ചെയ്തെ-
ന്നോർത്തിട്ടങ്ങനെ

പരവശനായതു
മൗഢ്യം
പാപക്കറയിതു

കഴകിക്കളയാ-
നിപ്പുതുനാട്ടിൽ
വിദ്യകളെന്തേ
പതിനായിരമില്ലേ?

●

(19 മാർച്ച് 2004)

നട്ടെല്ല്

കുന്തംകണക്കെ
തുളച്ചുകയറുമീ
വാക്കിലെന്താ?
വാക്കിലെന്താപ്പാ

എല്ലെല്ലേ.
എല്ലെന്താപ്പാ

എല്ലാർക്കുമില്ലേ?
ഇല്ലല്ലോ-നട്ടെല്ല്
●

(10 ഒക്ടോബർ 1996)

പ്രണയപ്പക്ഷി

നീലക്കുറിഞ്ഞികൾ
അലകളായ് വിരിയുന്ന
കടലുണ്ട്
കടലിന്റെ കരയിൽ
മോഹങ്ങൾ നരയുന്ന
തിരയുണ്ട്
കുളിരുന്ന കാറ്റുണ്ട്
വെണ്മാർബിൾ ബെഞ്ചുമുണ്ട്
ബെഞ്ചിലിരിക്കുന്ന
നീയുമുണ്ട്
സൗന്ദര്യ ലഹരിയും
മതിവരാ മാദക
ഗന്ധവുമുണ്ട്
പക്ഷേ
വിരുന്നിനുപോലും
വന്നില്ല പാടുവാൻ
പ്രണയമെന്നൊരു പക്ഷി

●

(30 ഏപ്രിൽ 1975)

പൊൻമുത്ത്

ഒരുപ്പനിലങ്ങളൊരുങ്ങി
ഇരുപ്പനിലങ്ങളൊരുങ്ങി

താഴേക്കണ്ടം
മേലേക്കണ്ടമൊരുങ്ങി
പുഞ്ചക്കണ്ടം

ബാലിക്കക്കണ്ടമൊരുങ്ങി
കന്നിക്കൊയ്ത്ത്കഴിഞ്ഞു
മകരക്കൊയ്ത്തുകഴിഞ്ഞു

പതമളക്കാൻ നെല്ലില്ല
പുത്തരിനെല്ലിനു വകയില്ല
കതിരെല്ലാം പതിര്

പതിരെല്ലാം
കവിതമുറത്തിൽ
ചേറിവരുമ്പോൾ
പൊൻമുത്ത്

●

അനന്തത

എല്ലാം
ഒന്നിൽനിന്നെന്നോ!
- ഞാനുണ്ടായത്
രണ്ടിൽനിന്നല്ലേ!
രണ്ടു നാലിൽനിന്ന്
നാലെട്ടിൽ നിന്ന്

അങ്ങനയങ്ങനെ
പിന്നോട്ടുപിന്നോട്ട് പോയാ-
ലാദിയനന്തമായ്
നീണ്ടു നീണ്ടുപോകുന്നു..

ആദിയുമന്തവുമില്ലാതെ-
യുണ്ടായതാല്ലേയനന്തത!

അനന്തതാതീരത്തുനിന്നു-
മെൻ യാനം.
ഈ യാത്രയു-
മങ്ങനന്തതയിലേയ്ക്കു തന്നെ.

●

(1 ഒക്ടോബർ 2000)

അറബിക്കല്യാണം

ഒരു കോഴിഫാമായ്
പരിണമിച്ചെന്നോ
അകലെയങ്ങൊരു
അനാഥമന്ദിരം !
അറബിക്കല്യാണ-
പ്പെരിയ നാമത്തിൽ
കുരുതി നൽകുന്നു
കുരുന്നു ബാല്യത്തെ !
ദുരിതമിങ്ങനെ
വിതച്ചുകൊയ്യുന്ന
നരനു കിട്ടേണ്ടും
നരകമേതെടൊ ?
കുടിലമാനുഷ-
ക്കൊടിയ പാപത്തി-
ന്നിവിടൊരു ശിക്ഷ
വിധിപ്പതിൻ മുന്നേ
നരക വാതില്ക്ക-
ലൊരുങ്ങിനിന്നിട്ടും
യമന്റെ കിങ്കര-
പ്പടകളേ വരൂ
അധമ ജന്മത്തെ
ഉടലോടെ വേഗ-
മെടുത്തുകൊണ്ടുപോയ്
വിധി നടപ്പാക്കൂ

●

പാട്ടക്കവിത

(വീട്ടുകാരി ഉവാചഃ)

കവിതകൾ കവിതക-
ളെഴുതിക്കൂത്തിക്കൂത്തി-
ക്കടലാസ്സിങ്ങനെ
ചുരുട്ടിക്കെട്ടി
നിലത്തെറിയുന്നത്
നല്ലത് നല്ലത്
കുസുമാരാ !
ഇല്ലായ്മകളുടെ
നെടുവീർപ്പുയരും
നമ്മുടെയടുക്കളയിൽ
കഷ്ടപ്പാടുകൾ
പുകഞ്ഞുതീരുമടുപ്പിൽ
തീ പൂട്ടുമ്പോൾ
നിറന്നു കത്താൻ
ഞാനിവ വയ്ക്കുന്നു !
'പൊട്ടക്കവിത'-
യ്ക്കിങ്ങനെയും ചില
ഉപകാരങ്ങൾ !

●

ചീർമ്മ

കടകം
കുണ്ഡലം
തണ്ടവളകളും, നെറ്റി-
പ്പട്ടയും താലിയും
കൊണ്ടുവന്നേ...
        കഴിച്ചേനായുധ പൂജകൾ
        കഴിച്ചേൻ
        കലശലാട്ട്, നീരാട്ട്
        ഇനിയാകാം
        തേര് കീക്കൽ
കതിരോന്റെ കനകത്തേരിൽ
പാട്ടിന്റെ താളത്തിൽ
താളത്തിലെഴുന്നള്ളി
വരിക ചീർമ്മേ
കൈലാസം വിട്ടിങ്ങു
ഭൂമീലിറങ്ങിവാ പൊന്നു ചീർമ്മേ !
        തേരിലേറി
        തേരിറങ്ങി
        വന്നു ചീർമ്മ
        കൈലാസം വിട്ടിറങ്ങി
        വന്നു ചീർമ്മ.
ചമയങ്ങളില്ലാതെ
വന്നു ചീർമ്മ
ചന്തത്തിലാട്ടങ്ങ-
ളാടുന്നു ചീർമ്മ

കുളിച്ചെഴുന്നള്ളി
വരിക ചീർമ്മേ!
കടകം കുണ്ഡലമണിഞ്ഞു
വരിക
തണ്ടവളകളൊറ്റക്കൈത്തണ്ടയി-
ലണിഞ്ഞുവരിക
തിരുനെറ്റിയിൽ നെറ്റി-
പ്പട്ടയുമണിഞ്ഞു
ഉദയസൂര്യൻ മിന്നിടുന്ന
താലിമാലയും ചാർത്തി
വരിക ചീർമ്മേ !
കുളിച്ചെഴുന്നള്ളി-
വന്നു ചീർമ്മ.
പട്ടുടുത്ത്
പൊന്നണിഞ്ഞ്
കുറിയണിഞ്ഞ്
പൊൻ ചിലമ്പും
വാളുമായി വന്നു ചീർമ്മ.
കളം വരച്ച കളക്കാരൻ
കവി പാടുമ്പോൾ
പൊൻചിലമ്പിൻ കരളാകെ
നൊന്തു പാടുമ്പോൾ
കളം പാട്ട് ചുറ്റുവിളക്കുക-
ളേറ്റു പാടുമ്പോൾ
ഇളകിയാടി, ഇളകിയാടിക്കൈയ്യേല്ക്കുക
കളം ചീർമ്മേ !
-കളം മായട്ടെ
കളം മായട്ടെ
കളിയറിഞ്ഞ്
കഥയറിഞ്ഞ്
കളമറിഞ്ഞ്
കളിയാടിക്കളം മായട്ടെ
നാഗബന്ധം ചക്രബന്ധം
തകർന്നീടട്ടെ
തന്ത്രിതന്ത്രം മന്ത്രക്കോട്ട
തകർന്നീടട്ടെ

പുലയാടിമക്കളെല്ലാം
തുലഞ്ഞുപോട്ടെ
വിഷക്കായകുലമാകെ
മുടിഞ്ഞുപോട്ടെ
ചതിപെയ്യും ചൂതരങ്ങുകൾ
ചാമ്പലാകട്ടെ
കുരുത്തോലതൂക്കി
കോൽത്തിരി കത്തിച്ച്
മദ്യവും മഞ്ഞളും ചേർന്ന
മുതിർച്ച വെച്ച്
പൂവന്
പൂവും നീരും കൊടുത്ത്
പൂവറുത്ത്
ഗളമറുത്ത്
നിണമണിഞ്ഞിനി
വരിക ചീർമ്മേ !
അസ്തമിക്കാതിരിക്കട്ടെ
അർക്ക ബിംബം
ഉരിയാടാതിരിക്കട്ടെ
കുല ദൈവങ്ങൾ
വഴിചൊന്ന വല്ലികളെ-
യനുഗ്രഹിക്ക
പഴിചൊന്ന നാക്കിലകൾ
പിഴുതെടുക്ക
കൊലനിലത്ത് മിഴിനീരൊ-
ട്ടിറ്റു വീഴാതെ
നൊന്തുപാടിയുറ്റവന്
ഉയിർ കൊടുക്ക
ചിന്തുപാടിയുറ്റവൾക്ക്
ഉയിർ കൊടുക്ക
കനൽ കത്തിയെരിയും തു-
മിഴി പൂട്ടാതെ
നീതികെട്ടോരരചന്റെ
തലയറുക്ക
ദുരാചാരനധമന്റെ
കരളെടുക്ക

വിതയ്ക്കുക, ചതിചെയ്തോർ
കൊയ്തുകൂട്ടട്ടെ
വിളയാടുക ദേവീ, നില-
വിളികേൾക്കട്ടെ
പിന്നെ-
ത്തരികന്റെ
നാടിനാകെ
ഏറിയോരു
കുളൂർമ്മ ചീർമ്മേ !

●

(ചീർമ്മ- ശ്രീകുരുമ്പയായി മാറിയ കണ്ണകി. ശ്രീകുരുമ്പ-ശ്രീക്കുർമ്പ-ചീർമ്പ-ചീർമ്മ. കണ്ണകിയുടെയും ഭദ്രകാളിയുടെയും പ്രതീകമായ ചീർമ്മയ്ക്ക് തെയ്യക്കോലമില്ല, വെളിച്ചപ്പാടേയുള്ളൂ)

രണ്ടു കവിതകൾ

പൊന്നിൻ ചിങ്ങം

ചിങ്ങം വന്നു ! നലമൊട്ടു ചിങ്ങ-
പ്പൊൻവെയിലും വന്നു
പൊന്നോണത്തിൻ വരവറിയിച്ചു
പൊൻകതിർ തലനീട്ടി
പാടവരമ്പിൽ കിനാവുകാണും
പെണ്ണിനു പെരിയ പരാതി:
പാട്ടിൽപൊന്നുണ്ടെന്നാൽ കൈയ്യിൽ
പേരിനു പോലും പൊന്നില്ല !

കവിതയെഴുത്ത്

പെന്ന് ചോദിച്ചു
ഒരു തുണ്ടും
പേപ്പർ ചോദിച്ചു
മധുരമാം
ചില വാക്കുകൾ ചോദിച്ചു.
കടം വാങ്ങി മൂന്നും
കവിയൊരു
കവിത
കുറിച്ചു !

●

വെച്ചുകെട്ട്

വാ തുറന്നിപ്പോൾ
    ചിരിക്കാൻ തുടങ്ങിനീ
എനിക്കിതിൻ ഗുട്ടൻസ്
    പിടികിട്ടി മോനേ !
വയ്പുപല്ലിന്റെ
    സെറ്റൊന്നു
ഫിറ്റുചെയ്തു
    നീയല്ലേ ?

ലജ്ജിക്കുവാ-
    നെന്തിരിക്കുന്നു !
നാട്ടിലങ്ങോള-
    മിങ്ങോള-
മെന്തിലുമേതിലു-
    മിപ്പോൾ
വച്ചു കെട്ടല്ലയോ !
    കുലീനമാം
പുഞ്ചിരി, കള്ളമെ-
ന്നല്ലോ കവിവചനം

●

ഡൈ

ഡൈ ചെയ്തു
ഡൈ ചെയ്തു
മുടിയുള്ളതും
 വിടപറയുന്നു !
കറുകറുത്തു
 വരുന്നുണ്ട്
കഷണ്ടിയും
 നെറ്റിയും
മുഖമാകെയും !

കേട്ടുകേട്ടു
ചിരിക്കല്ലേ
കൂട്ടുകാരാ !
നിരൂപക ശ്രേഷ്ഠാ !
ഡൈ ചെയ്യലിൽ
ഗാനഗന്ധർവ്വനാ-
ണെന്റെ പ്രിയ
ഗുരുനാഥൻ !
ചെറുകളിവാക്കിതു
ക്ഷമിക്കണേ, സുരരാഗ-
ത്തേന്മഴ പൊഴിയുന്ന
പാട്ടിന്റെ തമ്പുരാനേ !

●

ഗുൽമോഹർ

കൊത്തിക്കൊത്തി-
ക്കരളിൽക്കേറി-
ക്കൊത്തുന്നു വാക്ക്
ഈ
വാക്കിനെവേഗം
വക വരുത്ത്

കത്തിയെടുക്ക്
നാക്ക് മുറിക്ക്

നാക്ക് മുറിച്ചിട്ടും
കവിയുടെ
വാക്കിനു മുറിവില്ല

നിണമൊഴുകുന്ന നിലത്ത്
വീണുപിടഞ്ഞൊരു നാക്ക്
വീണ്ടും പൂക്കുന്നു തീ വെയിലത്ത്,
ചുടുവാക്കുകളായ്
മെയ്ദിന നിറവിൽ,
നിറയെ
ഗുൽമോഹർച്ചില്ലകളിൽ.

ചോന്ന കിനാ-
ക്കമ്പളമായ്

മാറുന്നു
പുതുമണ്ണ്.

ഇത് കനലായൊരു
കവിയുടെ കനവാ-
ണിതിനെ ഭയക്കുന്നോ
ഭയമിരുളായ് കണ്ണിൽക്കുത്തി
കാഴ്ച മറയ്ക്കുന്നോ !

●

കളിമണ്ണ്

കളിമണ്ണുണ്ട്
ചില പെണ്ണിന്റെ
തലമണ്ടയിൽ !
ഒളികണ്ണുകൊണ്ട്
പണമുണ്ടാക്കുവാനുള്ള
വഴികൾ കാണുമ്പോൾ
അന്യനാമാണിന്റെ-
യരികിലും
കേമറക്കണ്ണിന്റെ
മുന്നിലും
സ്വയമവൾ
കളിമണ്ണാവുന്നതി-
ലെന്തിനു സഹൃദയരേ
നമ്മൾ ലജ്ജിക്കണം !
രഹസ്യമാക്കേണ്ടവ
പരസ്യത്തിനായ്
പരസ്യമാക്കി
പരിഹാസ്യമായാലു-
മെന്ത് ചേതം !
എല്ലാം പണം

മണി
മണിമുഴക്കുമ്പോൾ
എഴുന്നേൽക്കുമേതു

പിണവും
ഏതു കറുകറുപ്പും
ശ്വേതമാകും !
ഹാ ! മാതൃത്വമേ !
നിന്റെ പരമമാം
മഹത്ത്വം പറഞ്ഞും
അർത്ഥത്തിനോട്ടുള്ളോ-
രാർത്തിയെ
സാധൂകരിക്കുന്നു
ധന്യതയെന്നും
ധനത്തിലെന്നു
ധരിക്കുന്ന
മക്കൾ !

●

2013 ആഗസ്റ്റ് 15-പയ്യാമ്പലം

കല്ലറ

എല്ലുകൾക്കിപ്പോൾ
നല്ല വിലകിട്ടുമെങ്കിൽ
കല്ലറപൊളിച്ചാലു-
മില്ലല്ലോ മാനനഷ്ടം
കല്ലറയ്ക്കുള്ളിൽ
എല്ലുകളില്ലെന്നാകിൽ
കല്ലറ തകർത്തോന്
കഷ്ടം, കൂലി നഷ്ടം.

കല്ലറകളെല്ലാം
പൊളിയട്ടെ
മരിച്ചവരെ
വിട്ടയയ്ക്കു നാം

പറന്നുപോകട്ടെ
പരലോകത്തേക്ക്
പരേതാത്മാക്കൾ
സ്വതന്ത്രരാവട്ടെ
സ്വാതന്ത്ര്യദിനത്തിൽ

അല്ലെങ്കിലുമില്ല തെല്ലും
സ്ഥലം നാട്ടിലിനി-
ശ്ശവങ്ങൾ വയ്ക്കുവാനും
ദഹിപ്പിക്കുവാനും..

കല്ലറവെറി

അഴീക്കോട്ടും, സഖാ-
വഴീക്കോടനും
അഴലില്ലാതെ
വാഴുന്ന പയ്യാമ്പലത്ത്
നിഴലായൊളി-
ഞ്ഞിരിപ്പുണ്ടുപോൽ
കഴുവേറികൾ;
ഗതിയില്ലാത്തതാ-
മവർക്ക് കൊതിയുണ്ടാകാ-
മേതെങ്കിലും
കല്ലറയ്ക്കുള്ളിൽ
കയറിക്കിടക്കുവാൻ.
അതിനാലാവാം
പൊളിച്ചത് കല്ലറ
ഇതിനെന്തിനാണിങ്ങനെ
വെറിയെടുക്കുന്നു നമ്മൾ !

●

കോമാളി വേഷം

എന്തിനാണി-
ക്കോമഡി, യെന്നുനീ
നൊന്തു ചോദിപ്പത്
കേൾക്കുന്നതുണ്ട് ഞാൻ
പച്ചമാംസങ്ങ-
ളാഹരിക്കുന്ന
കത്തിവേഷങ്ങൾ
പിന്നിലാടുമ്പോൾ
കണ്ണുനീരി-
ന്നുറവയും വറ്റമി-
ക്കാളരാത്രി
കടന്നു പോകുമ്പോൾ
നൊമ്പരക്കടൽ
മൂടുവൻ വൃഥാ
നമ്മൾ കോമാളി
വേഷമാടുന്നെടോ !

●

കള്ളക്കളി

കള്ളക്കളി
കളിയിൽ
പണ്ടേ പറഞ്ഞതല്ലേ!
കള്ളക്കളി
കളിച്ചതാണെത്രയെത്ര
രാജാക്കൾ
കളിപ്പിച്ചതാണ് ശകുനിമാർ
കള്ളക്കളി
ഉണ്ടായതും
കളിയിൽ നിന്നല്ലയോ
കളിയില്ലെങ്കിൽ
കള്ള-
ക്കളിയുമില്ല
കള്ളക്കളി
പ്രശസ്തമാം കളി.

●

ഊയ്യെന്റെ ദൈവേ

ഊയ്യെന്റെ ദൈവേ !
ഇഞ്ഞി
ഇങ്ങനെ
ഓറമുമ്പില്
ഉരിയാടാണ്ട് നിൽക്കല്ലേ ദൈവേ
കളിയാടാണ്ട്
കളിക്കല്ലേ ദൈവേ
കീഞ്ഞ് പാഞ്ഞൂടല്ലേ ദൈവേ.

ഓറ്
ചതിയമ്മാറ്
ഒടിയമ്മാറ്
കുത്തിച്ചി മക്കള്
ഇന്നത്തല്ലും
കുത്തും
തച്ച് തച്ച്
ഇന്റെ മുടിയൊടിക്കും
കയ്യൊടിക്കും
കാലൊടിക്കും
ഇന്റെ പീഠത്തില്
ഓറങ്ങ് കേറിയിരിക്കും
പിന്നെന്റെ ദൈവേ
ഇഞ്ഞിണ്ടാക്വോ ബാക്കി.

ഇഞ്ഞില്ലെങ്കില്
ഞമ്മള
നാട്ടുണ്ടോ
കാട്ടുണ്ടോ
പൂമിയുണ്ടോ
പൂമാനോണ്ടോ
ഞാങ്ങയുണ്ടോ ദൈവേ.

ഊയ്യെന്റെ ദൈവേ
ഇഞ്ഞ്യോന്നുരിയാട്
കളിയാട്
കളിയാടിക്കളിയാടി
കഴകമ്മാറ
കരിമ്പുലികള
കരിയിലയാക്ക്

മറതകള
മണ്ണാങ്കട്ടയാക്ക്
ചെന്നായ്ക്കള
കാലമ്മാറ
കരിക്കട്ടയാക്ക്
എന്റെ ദൈവേ !

●

രാധാമാധവം

(കഴിഞ്ഞ ജന്മം: ശാന്തിവനം, ബ്രണ്ണൻ കോളജ് ക്യാമ്പസ്സ്, ഏപ്രിൽ 1974)

വെണ്ണക്കുടവുമായ് മെല്ലെ
കുന്നും കയറി വന്ന
വരവർണ്ണിനി വനകന്യകേ,
കൊന്നപ്പൂങ്കുലയായിനീ
കുന്നത്തിങ്ങനെ നില്ക്ക; യി-
ക്കണ്ണനു കണി കാണുവാൻ
പുല്ലാങ്കുഴലുമായെത്ര
നേരമായ് കാത്തിരിപ്പു ഞാൻ, നിന്നെ-
യോർത്തിരിപ്പു ഞാൻ !

ഇരിക്കാ,മിനിയി-
പ്പുൽമെത്തയിലെന്റെ
യദുകുലരാധേ!
ചേർന്നുചേർന്നിരുന്നു
മറക്കാം നിന്റെ വ്യഥകൾ
വിശ്ലഥ വന്യചിന്തകൾ

സ്വപ്നങ്ങളുറങ്ങും നിൻ
മാനസസരോവരത്തിൽ
തളിർമേനിയിൽ
സരസ്സീരുഹങ്ങൾ വിടരട്ടേ
അഴിഞ്ഞൂർന്നു വീഴട്ടേ
ലജ്ജാദുകൂലം

കിഴിഞ്ഞു കിണുങ്ങട്ടേ
കുണുങ്ങുമുഡ്യാണ
സൗവർണ്ണസൗഭാഗ്യം

മാലലിഞ്ഞുപോം
മാലേയ നിറ-
മാറിലിങ്ങനെയമർന്നും
മദജലമുണരും
മിഴിയിമകൾ നനഞ്ഞും
പാതിയടഞ്ഞും
അധരപുടം തെല്ലവിടർന്നും
പൂവുടലാകെയുലഞ്ഞും
നീയറിയുക പ്രാണസഖീ,
കന്മദം ചുരത്തുമി-
ശ്ശിലാഹൃദയത്തുടിപ്പുകൾ സാക്ഷി
മേയാൻ മറന്ന
നിൻ പൈക്കിടാങ്ങൾ സാക്ഷി
ദൂരെ
യമുനയിലനങ്ങാതെ നിന്നുപോ-
മോളങ്ങൾ സാക്ഷി
കുളിരിളം കാറ്റിൻ
പരിമളച്ചിറകുകൾ സാക്ഷി

വിജനവനപഥങ്ങൾ
വാനവീഥികൾ
ദേവഗണങ്ങൾ
പഞ്ചശരാധിപൻ
പഞ്ചഗ്രഹങ്ങൾ സാക്ഷി
പഞ്ചനദികളും
പഞ്ചാഗ്നിശിഖകളും
പഞ്ചപ്രാണങ്ങളും സാക്ഷി

ക്രമബദ്ധ ഋതുചക്രഗമനം
രസതന്ത്രമന്ത്രവിധികൾ
രാസമണ്ഡലം സാക്ഷി
ചടുലമോഹനം സുര

സുരത താളം, രാഗ
രതിരസലഹരി
നവലയമധുരം
പാട്ടിന്നമൃതം പകരുന്നു ഞാൻ..!

●

സമകാലികം

ഗ്യാസ് പോയി !

ഐഡി കാർഡിൽ പേര് : കുനി രാമൻ
ബേങ്ക് അക്കൗണ്ടിൽ : കുഞ്ചി രാമൻ
ആധാറിൽ : കുൻഹി രാമൻ
ഗ്യാസിനു സബ്സിഡി നഹി നഹി !
കുഞ്ഞിരാമന്റെ ഗ്യാസ് പോയി !

ഇരുട്ടിൽ

ഇമ പൂട്ടുക
മിഴികളേ
വയ്യ കാണുവാൻ
നെറിയില്ലാ-
പ്പുറം കാഴ്ച്ചകൾ;
കാഴ്ച്ചക-
ളകത്തുള്ളവയു-
മതിഭീകരമസഹനീയം
വാതിലടയ്ക്കുക
മനമേ നീയും
ഇരിക്കാമിനി-
യിരുട്ടിനു കാവലായ് !

●

സഞ്ജയന്റെ കൂടെ ഒരു കപ്പ് കാപ്പി

നഗരത്തിലുത്സവം
നഗരോത്സവം
നാടിന്റെ മഹിമകൾ പാടും
മഹോത്സവം !

പല്ലുതേപ്പില്ല
കുളിയുമില്ലെങ്കിലും
അലക്കാതെ നാറുന്ന
പട്ടുടയാട ചുറ്റി
പൗഡർപൂശുന്നു
നഗരവും
കൊട്ടാരമതിലും
കവാടവും

നഗരത്തിലുത്സവം
നഗരോത്സവം

പലതുണ്ട്
പരിപാടികൾ
കൗതുകമേറെയുണ്ടേ

ആഘോഷമല്ലേ
-ആദ്യമൊരു

ഘോഷണഘോഷയാത്ര:
ഘോഷയാത്രയിൽ
അരചന്മാർ-
ക്കകമ്പടിയാ-
യഴകൊട്ടുനടപ്പാൻ
അംഗനമാരുണ്ട്
വെള്ളാനയുണ്ട്
പിന്നെ,പ്പതിവുപോൽ
പ്രച്ഛന്നവേഷപ്പകർച്ചവ്യാധി!

വിട്ടുപണിയിലതിവിരുതനാ-
മാസ്ഥാനചിത്രഗുപ്തൻ
കുത്തിക്കുറിച്ചതാം
വീരകഥകൾ പറയുന്ന
സ്വാഗതഗാനമുണ്ടേ!

പുല്ലുമായുധമാക്കുന്ന
വല്ലഭന്മാരുടെ നാട്
ആയോധനകലയ്ക്കുത്തമ
മാതൃകയാകുമീ നാടിൻ
കവലകൾ തോറും
നിണംതേച്ച കഥകളി
നിണബലി
തെരുവുകൾ തോറും
പച്ചയ്ക്ക് കൊത്തിയരിഞ്ഞതാം
അവയവ ചിത്രപ്രദർശനം.

കായികമൽസരം:
-നാലുപേർ ചേർന്നൊരു
വമ്പിച്ച കൂട്ടയോട്ടം
കുട്ടിയും കോലും കളി
ചട്ടി-കലങ്ങളുടയ്ക്കൽ
കൺകെട്ട് വിദ്യ
പഞ്ചാര കൈയ്യിട്ട് വാരൽ
കപ്പൽ വിഴുങ്ങൽ.

പാചകമൽസരം:
-പലതരം കഞ്ഞികൾ
പപ്പടം കാച്ചൽ
പണം ചുക്കിട്ട് കാച്ചൽ
കാര്യപരിപാടി
ചമ്മന്തിയാക്കൽ.

മഹിളാമണികൾക്കുമാത്രം:
-ഉടുപ്പൂരിക്കളി
ഊരയാട്ടം
ഊരാക്കുടുക്കിലകപ്പെടൽ
ഈരെടുക്കൽ
പേനെടുക്കൽ
(ഈരിനു പേനു സമ്മാനം)
നുണപറച്ചിൽ
(വിജയിക്ക് നുണച്ചിപ്പാറുപട്ടം)

സിമ്പോസിയം (സഞ്ജയൻ നഗരി):-
വിഷയം:
കൊതുകിന്റെ കുത്താടിമക്കളെ
പോറ്റിവളർത്തുവതെങ്ങനെ
നാളത്തെപ്പരിപാടി മുഴുവൻ
പുറത്തുള്ള ബോർഡിലുണ്ട്
അവയൊന്നു വായിക്ക നമ്മൾ!
ബാലവിഹാർ വക:
അടി-തട
അടി-പിടി
കടി-പിടി
ഒടി മറയൽ

കൊലശ്ശേരിക്കളരിവക:
തീക്കളി
ബോംബ്കളി
ചെറുവടി
ചൂരൽ
ഒറ്റ

വാൾ
ഉറുമി
കൊടുവാൾ
ച്ചട്ടകട്ട
ഇടിക്കട്ട

മണ്ണൂർക്കാരുടെ:
കരിവേഷം
കത്തി

ഗുജറാത്തി നാടകം:
കുലവാഴ വെട്ടി
തലനാല്വ വെട്ടി

പ്രവേശനം ഫ്രീ!
കളികണ്ട് തിരിച്ചുപോകുമ്പോൾ
സുരക്ഷയ്ക്ക്
സൂക്ഷിച്ചുവെയ്ക്കുവാൻ
ഓരോ സ്റ്റീൽ ബോംബ്
ഗിഫ്റ്റായ്ത്തരുന്നതുമുണ്ടേ.
അല്ലല്ലിതെന്തുകഥ!
ഹാളിന്നകത്തു കടക്കാതെ
സ്വാഗത ഗെയിറ്റിൽ
ഫ്ളക്സ് ബോർഡിലാകെ നിറഞ്ഞും
അടിമുടി കോരിത്തരിച്ചും
ഇങ്ങനെ
പൊടിയേറ്റൊരേ നില്പിൽ
നിന്നു ച്ചമച്ചും
ചിരിക്കുവതാര്?
-സാക്ഷാൽ സഞ്ജയൻ!

നമസ്കാരം ഹേയ് , മഹാശയൻ
സ്വാഗതം ചെയ്തുചെയ്താകെ
താങ്കൾ തളർന്നുപോയോ?
ക്ഷീണിതനെങ്കിലും
വരൂ വരൂ

നമുക്കല്പനേരം നടക്കാം
ഒരു കപ്പ് കാപ്പി കുടിച്ച
പിന്നെ, ഭവാന്ന്
തിരിച്ചുപോകാം

●

www.ingramcontent.com/pod-product-compliance
Ingram Content Group UK Ltd.
Pitfield, Milton Keynes, MK11 3LW, UK
UKHW041828031026
15587UKWH00002B/633

9 789355 172211